மாலன்

நேர்காணல்: அந்திமழை

விலை: ரூ 180

மாலன் நேர்காணல், ஆசிரியர்: அந்திமழை ©, முதல்பதிப்பு: அக்டோபர் 2019, அளவு: டெமி, பக்கங்கள்: 120, வெளியீடு: அந்திமழை, ஜி4, குரு வைஷ்ணவி அபார்ட்மெண்ட்ஸ், எண் -20, திருவள்ளுவர் நகர் பிரதான சாலை, கீழ்க்கட்டளை, சென்னை-117.தொலைபேசி: 9443224834, 044-24867540 Email: editorial@andhimazhai.com, அச்சிட்டோர்: அபிசான் எண்டர்பிரைசஸ், சென்னை - 600 087. வடிவமைப்பு: எஸ்.கே. டிசைன்ஸ்.

Price: Rs. 180

Maalan Nerkanal, Author: Andhimazhai ©, First Edition: October 2019, Size: Demy, Pages: 120, Publisher:Andhimazhai, G-4, Guruvaishnavi Apartments, No.20, Thiruvalluvar Nagar Main road, Keezhkattalai, Chennai-117. Email:editorial@andhimazhai.com, Phone: 9443224834, 044 - 24867540, Printed by : Abisan Enterprises, Chennai - 600 087. Designs: yeSKay designs

ISBN : 978-81-935572-9-7

"எந்த இடத்தையும் அடைய அல்ல,
சும்மா நடக்கவே விரும்புகிறேன்"

மாலன்

நேர்காணல்: அந்திமழை

அந்திமழை

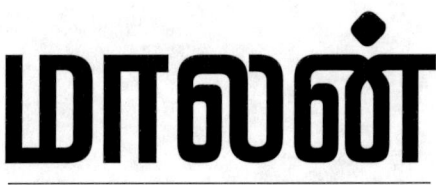

வீடென்று எதனைச் சொல்வீர்?
அது இல்லை எனது வீடு.
ஜன்னல் போல் வாசல் உண்டு.
எட்டடிக்கு சதுரம் உள்ளே
பொங்கிட மூலை ஒன்று புணர்வது மற்றொன்றில்
நண்பர்கள் வந்தால் நடுவிலே குந்திக் கொள்வர்
தலை மேலே கொடிகள் ஆடும் கால்புறம் பாண்டம் முட்டும்
கவி எழுதி விட்டுச் செல்ல கால்சட்டை மடித்து வைக்க
வாய் பிளந்து வயிற்றை எக்கிச் சுவரோரம் சாய்ந்த பீரோ...

–மாலன்

நண்பனாக, நல்லாசிரியனாக

1969–ஆம் ஆண்டு அக்டோபர் முதல் வெளிவந்த 'கசடதபற' இதழுக்கு மாதச் சந்தா மூன்று ரூபாய். அதன் ஆரம்ப நாட்களில் வண்ணதாசன் வீட்டிற்கு வரும் இதழினை வாங்கி வந்து படிப்பேன். 32 பக்கம்தான். ஆனால் ஒரு மாதம் முழுக்கப் படிக்க அதில் விஷயம் இருக்கும். 1970 ஏப்ரலில் சொர்க்கத்தைச் சுவர் எட்டி சற்றே பார்த்து விட்டுத் திரும்பியிருந்தேன். ஜூன் மாதம் என்று நினைவு, அப்போது தாற்காலிக வேலை பார்த்துக் கொண்டிருந்ததால், ஜூன் மாதம் முதல் நான் சந்தா கட்டியிருந்தேன். அப்போது அது பெரிய தொகை. அந்த விலாசத்தை வைத்தோ என்னவோ, 'வாசகன்' என்றொரு இதழ் வந்தது. மாலன் அதன் ஆசிரியர்களுள் ஒருவன். 1/8 கிரவுன் அளவில் குட்டியாக 32 பக்க அளவில் வந்தது. கருப்பு அட்டை. சில இதழ்களே வந்தன. வாசகன் இதழில் சிறு கதைகளே அதிகமும் வந்த நினைவு. அப்போது ராஜு, பாலகுமாரன், ஜெயபாரதி, மாலன் எல்லோருமே கவிதையை விட சிறுகதை எழுதுவதிலேயே விருப்பம் உடையவர்களாக இருந்தார்கள். இவர்களின் சினேகிதியான இந்துமதியின் கதைகளும், தொடர்கதையும் அவரை அப்போது பிரபல எழுத்தாளர் வரிசையில் வைத்திருந்தது. ஜெயபாரதி என்னுடைய கவிதை நோட்டு ஒன்றில் 'ஆட்டோகிராஃப்' போல, "உன்

(காதல்) தவிப்பு என்னையும் பாதிக்கிறது, ஏனென்றால் நானும் தோற்றவன், நீ வளர்வதை அவள் தெரிந்து கொள்ள சிறுகதைகள் எழுது," என்று எழுதி, கையெழுத்துப் போட்டிருப்பான்.

இதே காலகட்டத்தில் சுப்ரமணிய ராஜுவும், பாலகுமாரனும் தொடர்ந்து கடிதம் எழுதுவார்கள். மாலனுடன் அவ்வளவு கடிதப் போக்குவரத்து கிடையாது. உண்மையில் மாலனை மிகவும் தாமதமாகவே சந்தித்தேன். சென்னைக்குச் சென்ற ஓரிரு தடவைகளில், பாலகுமாரனையும் ராஜுவையும் மட்டுமே நேரில் சந்தித்திருந்தேன். ஞானக்கூத்தனின் அறையில் வைத்து அவர்களைச் சந்தித்தேன். அங்கிருந்துதான் கசடதபற இதழுக்கான வேலைகள் நடக்கும். ஆனால் அப்போது கசடதபற நின்றிருந்தது. ஜெயபாரதி, தினமணி கதிரில் வேலை பார்த்தான். என்னுடைய சிறுகதை ஒன்று "கண்ணாடி ஜன்னலில் விட்டெறிந்த கல்" என்று கதிரில் பிரசுரமாகி இருந்தது. அதற்கு நான் வைத்திருந்த தலைப்பு "மேற்குச் சூரியன்". அந்த விஜயத்தின் போதே கும்பகோணம் அருகே சுவாமி மலையில் நடக்க இருக்கும் ராஜுவின் கல்யாணத்திற்கு கண்டிப்பாக வந்து விட வேண்டுமென்று சொல்லி இருந்தார்கள், ராஜுவும் ஜெயபாரதியும்.

1975 ஜூலை 5 அன்றுதான் ராஜுவின் கல்யாணம். அதற்குள் கதிரிலிருந்து கதைக்குப் பணம் வந்து விடுமென்று நினைத்திருந்தேன். வரவில்லை. அதனால் ஐம்பது ரூபாய்க்கு மோதிரத்தை அடகு வைத்துப் புறப்பட்டு விட்டேன். என் அப்பாவின் உடல்நிலை அப்போது மோசமாக இருந்தது. அவரே சொன்னார், "எனக்கு ரொம்ப முடியலையே, இப்போது அவ்வளவு தூரம் போகணுமா," என்று. ராஜு அவனது டி.டி.கே கம்பெனியில் எனக்கு ஒரு வேலைக்குச் சொல்லி வைத்திருந்தான். அதை அப்பாவிடம் சொன்னேன். சரியென்று ஒரு பெட்டியைத் தூண்டித் துளைத்து ஒரு ஐந்து ரூபாய்ப் பணம் தந்து அனுப்பினார். அந்தக் கல்யாணத்தில்தான் முதன் முதலில் மாலனைப் பார்த்தேன். இருவரும் அப்போது காற்றடித்தால் ஒடிந்து விடுகிற மாதிரிதான் இருந்தோம். அதனால் அவனுடன் ஒரு இனிய ஒட்டுதல் வந்தது. நான் முந்தின நாளே போய் விட்டேன். மாலன் மறுநாள் காலையில்தான் வந்தான். அலிடாலியா ராஜாமணிதான் இருவரையும் ஒருவருக்கொருவர் அறிமுகம் செய்து வைத்தான்.

கல்யாணம் முடிந்து எல்லோரும் தஞ்சாவூர் கிளம்பினோம். நான் நா.விச்வநாதனுடன் பேராவூரணிக்குப் போவதாக இருந்தேன்.

பஸ்ஸில் மாலன் என் அருகில் உட்கார்ந்து வந்தான். "ஏதாவது Fiction எழுதுகிறாயா?" என்று கேட்டான். நான் மதுரைப் பல்கலைக் கழகத்தில் ஒரு வருடம் வேலை பார்த்த அனுபவத்தை வைத்து ஒரு நாவல் எழுதிக் கொண்டிருப்பதைச் சொன்னேன். "சீக்கிரம் எழுது, உரைநடையும் முயன்று பார்," என்றான். நான் பேராவூரணியில் இறங்கி விச்சுவின் வீட்டிற்குப் போனாலும் மனதில் ஏதோ ஒரு இனம் புரியாத குழப்பம். ஏற்கெனவே அன்று காலையில் சுவாமி மலை கோயிலுக்குப் போகும்போது வீதியில் ஒரு பைத்தியக்காரன், அரிவாள் கம்பு சகிதம் எங்களைத் துரத்தி வர, எல்லோரும் ஓடினோம். நான் மட்டும் கீழே விழுந்து கையில் நல்ல அடி. அதன் வலி கூடிக் கொண்டே இருந்தது. அதனால் விச்சுவுடன் தங்கும் எண்ணத்தைக் கைவிட்டு ஊருக்குப் புறப்பட்டேன். ஊர் வந்து சேரும் போது என் அப்பா இறந்து போயிருந்தார். இடிந்து போயிருந்த போது, மாலனிடமிருந்து ஒரு ஆறுதலான கடிதம் வந்தது. "இப்போதுதான் நீ தைரியமாக இருக்க வேண்டும், வட்டம் முடியாமலே போகாது, வசந்தம் வராமலே இருக்காது" என்று எழுதியிருந்தான். அவனுடைய கையெழுத்து எப்போதுமே அழகாக இருக்கும். விஷயமும், ஒரு வார்த்தை கூடவோ குறையவோ இல்லாமல் கச்சிதமாக இருக்கும். எப்போதுமே அவன் எழுத்தின் கவர்ச்சி இதுதான்.

ராஜு, பாலகுமாரன், மாலன் மூவரும் அப்போது அலெக்ஸாண்டர் டூமாவின் த்ரீ மஸ்கெட்டியர்ஸ் போல. மூவரின் வாழ்க்கை பற்றிய அணுகு முறைகளும் வேறு வேறு. ராஜுவின் வாழ்க்கை என்பது எல்லாக் கட்டங்களிலும் பிறரின் வாழ்க்கை சார்ந்தது. பாலகுமாரனிடம் அசாத்திய திறமையுடன் தன் முனைப்பு தூக்கலாக இருக்கும். மாலன் எப்போதுமே வாழ்வில் புதுப்புது திசையில் பயணிப்பான். மூன்று பேரும் பாதரசம் போல சேர்ந்தும் இருப்பார்கள். சமயத்தில் தனித்தனி முத்துகளாகவும் இருப்பார்கள். மற்ற இரண்டு பேரிலிருந்து வேறுபட்டு மாலனுடைய சிறுகதைகளும் அது போலத்தான். சிறிதாக கச்சிதமாக இருக்கும். அவனுடைய சம கால எழுத்தாளர்கள் அல்லது மூத்த எழுத்தாளர்களின் பாதிப்பு இல்லாதவை.

புதுமைப்பித்தனின் எக்ஸ்ரே என்று ஒரு கதை. கடவுளும் கந்தசாமிப் பிள்ளையும் போலவே பகடி நிறைந்து இருக்கும். ஆனால் முடியும் போது முற்றிலும் வேறு மாதிரி முடிந்து விடும். அதில் புதுமைப் பித்தனின் எக்ஸ்ரே மட்டுமே மிஞ்சுவதாக முடிந்திருக்கும் அல்லது முடித்திருக்கும் உத்தியில்தான் அந்தக் கதையின் உயிரே இருக்கும். தவிர்க்க முடியாத விபத்துக்களும் அடையாளமில்லாத ரணங்களும் என்றொரு கதை. மரணமல்ல பிரச்னைகள் வலியே பிரச்னை என்பதை தனித்த ஒரு இரவில் வலியோடும் தூக்கமின்மையோடும் போராடும், போராட்டமே வாழ்வாய் அமைந்த ஒருவனை விவரித்திருப்பான். அது ரொம்ப கிளாஸான கதை. அவன் நெல்லை மாவட்டத்துகாரனென்றாலும், அந்த வட்டார வழக்கோ மாந்தர்களோ கதையில் அதிகம் வருவதில்லை. அவனது கதா பாத்திரங்கள் நகர வாழ்வின் மத்தியதர வர்க்கம். குமுதம் இதழில் வந்த ஒரு கதையில் கல்லூரியில் படிக்கும் மூன்று உதாரண மனுஷிகள் பாரதியின் வாரிசுகள் எப்படி இந்த சமூகச் சூழலால் தங்கள் உதாரண நிலையிலிருந்து சராசரி நிலைக்கருகே வீழ்கிறார்கள் என்று எழுதியிருப்பான். பாரதி அவனுக்குப் பெரிய ஆதர்சம். கொஞ்சம் விஞ்ஞானக் கதைகள் எழுதி இருப்பான். அவற்றில் “கல்கி” என்ற கதை நல்ல கதை. இலவசங்களைப் பெறுவதற்காக தங்கள் உயிரையே பலி கொடுக்கிற விளிம்புநிலை மனிதர்கள் பற்றிய தங்கம்மாள் கதை ஒன்று என்றைக்கும் பொருந்தி வருகிற கதை.

பாலகுமாரன், ராஜு மாலன் மூன்று பேரிடமும் கற்றுக் கொள்ள எவ்வளவோ உண்டு. மாலனிடம் இயல்பாகவே ஒரு நிர்வாகத் திறன் இருக்கும். அது அவனது அப்பாவிடமிருந்து வந்திருக்கலாம். அவர் நான் வேலை பார்த்த தனியார் வங்கிக்கே சேர்மனாக வந்த போது அவருடன் நெருங்கிப் பழகும் வாய்ப்பு கிடைத்த போது இதை நான் நேரிலேயே கண்டிருக்கிறேன். ஏனைய அரசுடமை வங்கிகள் போல எங்கள் வங்கியிலும் வங்கிக்கான பத்திரிகை (House Magazine) ஆரம்பிக்கும்படி என்னிடம் சொல்லி அதற்கு ஒரு பெயர் கேட்டார். நானும் என் நண்பரும் பெயர்கள் எழுதிக் கொண்டு போனோம். நண்பர் “வந்தனம்”, ‘கிரணம்’ என்பது போல எழுதி வந்திருந்தார். நான் “பக்கங்கள்’, The Pages, “வெளிச்சம்”, “பொருநை” என்று எழுதிக் கொண்டு போயிருந்தேன். அவருக்கு பொருநை என்ற பெயர் மிகவும்

பிடித்துப் போனது. திருநெல்வேலியைத் தலைமையிடமாகக் கொண்ட வங்கிக்கு இது பொருத்தமான பெயர், நல்ல தெரிவு, என்று பாராட்டி விட்டுச் சொன்னார். மாலன் சினேகிதன் என்றால் சரியாகத்தான் இருக்கும் என்று. அதன் மூலம் வங்கி ஊழியர்களிடையே ஏதாவது எழுத்து ஆர்வம் உண்டாகும் என்று நம்பினார். எனக்கு அவ்வளவெல்லாம் எதிர் பார்ப்பில்லை என்று நான் சொன்னபோது “Trial costs nothing, let us try” என்றார். அதே குணம் மாலனுக்கும் உண்டு.

இடையில் 76–77 வாக்கில் மாலனது திருமண வரவேற்பு திருநெல்வேலியில் நடந்தது அதற்குப் போயிருந்தேன். அவனது மனைவி பெயரும் சரஸ்வதிதான். அவனது அப்பாவின் நண்பர்களும், உறவினர்களும் ஏகத்திற்கு வந்திருந்த அன்றைக்கு என்னை வரவேற்பு மேடையிலிருந்து விருந்து மண்டபத்திற்கு அவனே அழைத்துப் போக வேண்டுமென்று பரபரப்புடன் இருந்தான். சிறு பத்திரிகை எழுத்தாளனை சரியானபடி அடையாளம் கண்டு கொள்வார்களா என்று நினைத்தானோ என்னவோ. நல்ல வேளை அவன் தங்கை வந்து, “அண்ணா வாருங்கள்,” என்று உரிமையோடு அழைத்துப் போய் பக்கத்தில் நின்று கொண்டு உபசரித்தாள். “அது ஏன் அண்ணா, கலாப்ரியா என்று பெயர் வைத்திருக்கிறீர்கள்,” என்று கேட்டாள். “கலா மேல பிரியம், அதனால கலாப்ரியா“ என்று நொடி நேரம் கூட யோசிக்காமல் சொன்னேன். கலகலவென்று சத்தமாகச் சிரித்தாள். “ரொம்ப வெளிப்படையாகச் சொல்றீங்க அண்ணா, இதையே நான் ‘கலாஸ்ரீ’யிடம் கேட்டப்போ அவர் ஏதேதோ வியாக்கியானம் சொன்னார், நீங்க ரொம்ப ப்ளெய்ன் ஓங்க கவிதை மாதிரி,” என்றாள். அன்றைக்கு அந்த மாலைக்கு மேல் அவ்வளவு மகிழ்ச்சியாக இருந்தேன். அவள் அப்போது இரண்டாம் ஆண்டோ முதல் ஆண்டோ மருத்துவம் படித்துக் கொண்டிருந்தாள். ஆனால் கொஞ்ச காலத்திலேயே அந்த அன்புமகள் கனவு மகளாகிப் போனாள் என்ற செய்தி தெரிந்து ஒரு கடிதம் எழுதினேன். அப்போதும் “நாம் கொடுத்து வைத்தது அவ்வளவுதான்” என்கிற பாணியில் ஒரு கடிதம் எழுதியிருந்தான் பொதுவாகவே அவனுக்கு ஒரு காரியம் ஆரம்பிக்கிறோம், அதற்கு முழு உழைப்பையும் அறிவையும் செலுத்த வேண்டும். அது என்ன விளைவை உண்டாக்கும் என்று யோசிக்கக் கூடாது

என்று நினைப்பான். இதையெல்லாம் கண்டுணர்ந்ததனால்தான் சாவி, தன் பத்திரிகைக்கு தாற்காலிக ஆசிரியப் பொறுப்பையும், 'திசைகள்' என்ற பெயரில் பத்திரிகைக்கு முழுப் பொறுப்பையும் வழங்கினார். பிரபு சாவ்லா தமிழ் இந்தியா டுடே பதிப்பிற்கு ஆசிரியப் பொறுப்பை வழங்கினார். அதிலிருந்து அவன் திறமை மிக்க பத்திரிகாசிரியனான். அவனுடைய பத்திரிகைகளில் அவனே பக்கங்களை நிரப்ப முடியுமென்றாலும் அப்படிச் செய்யவில்லை. எல்லோருக்கும் இடம் கொடுத்தான். எனக்குத் தோன்றுவதுண்டு. அவன் எழுத்தை மட்டும் பார்த்துக் கொண்டிருந்தால் இன்று அவனுடைய இலக்கிய உயரம் என்பது பால குமாரனை விடவெல்லாம் பெரிதாக இருந்திருக்கும். ஏனென்றால் அவன் தன் நாவல்களுக்கான தகவல்களைப் பெற கடும் பிரயாசை எடுப்பான். "ஜனகணமன" நாவல் எழுதிக் கொண்டிருக்கும் போது, திருநெல்வேலியின் மூத்த ஆர்.எஸ்.எஸ் தலைவர்கள், தொண்டர்களையெல்லாம் தேடித்தேடிச் சந்தித்தான் என்பதை நான் அறிவேன். அந்த நாவலின் தழுவல்தான் ஹே ராம் என்று யார் ஒப்புக்கொள்ளாவிட்டாலும் அதுதான் உண்மை. ஆனால் அது பற்றி அவனுக்குப் பெரிய கோருதல்களும் இல்லை. அவன் இந்தியா டுடே ஆசிரியராக இருந்த போது, மதுரையில் மீரா நடத்திய புத்தகக் கண்காட்சி ஒன்றுக்கு சிறப்புரையாற்ற வந்திருந்தான். அப்போது நான் வங்கியின் பயிற்சி வகுப்புகளுக்காகச் சென்றிருந்தேன். நீண்ட இடைவெளிக்குப் பின் சந்திக்கிறோம். மாலை நேரத்தில் விடுதி அறையில் ரொம்ப ஆத்மார்த்தமாகப் பேசிக் கொண்டிருந்தோம். "எனக்கு எல்லாமே போதும் என்று தோன்றுகிறதப்பா" என்று சொல்லிக் கொண்டிருந்தான். எனக்குமே அப்படி ஒரு பிறழ்வு மனோ நிலை இருந்தது. அதற்காக நான் மன நல மருத்துவரிடம் சிகிச்சை எடுத்துக் கொண்டிருந்தேன் அப்போது. ஆனால் அவன் சொன்னது என்னைப் போல டிப்ரஷன் சார்ந்து அல்ல. போதுமென்ற மனமே பொன் செய்யும் மருந்து என்கிற contentment மனநிலை போல.

அந்நேரத்தில் பெயர்ப்பலகைகளில் தமிழில் எழுத வேண்டுமென்ற போராட்டம் உச்சத்தில் இருந்தது. அதன் இயங்குதளமே மதுரைதான். அது பற்றி ஆனால் அதற்கு எதிராக அவன் சில கருத்துகளை இந்தியா டுடேயில் வெளியிட்டிருந்தான். அந்தக் கூட்டத்தின் பாதியில், சிலர் மேடையைக் கைப்பற்றி அவனது

இந்தியா டுடேயின் கருத்துகளுக்கு மன்னிப்புக் கேட்க வேண்டும் என்று வலியுறுத்தி, பேச்சு வன்முறையாக மாறி அவனைத் தாக்க நெருங்கியபோது நானும் சிலரும் அவனைச் சூழ்ந்து நின்றோம். என் கையைக் கூட ஒருவர் பின்புறமாக முறுக்கி ஏதோ மிரட்டினார். கூட்டம் கலாட்டாவில் முடிந்தது. அவனை அப்படியே பாதுகாப்பாக விடுதி அறைக்கும் அங்கிருந்து ரயில் நிலையத்திற்கும் அழைத்துப் போய், ரயில் ஏற்றி விட்டு வந்தோம். மிகவும் பயந்து போயிருந்த மீரா அப்போதுதான் மூச்சு விட்டார். ரயில்வே நண்பர் ஒருவர் அவனுடன் திண்டுக்கல் வரை சென்று இருக்கை உறுதி செய்து திரும்பினார். அப்போதும் ஒரு கடிதம் எழுதியிருந்தான். "சிலரால்தான் எவ்வளவு காலம் கழித்துச் சந்தித்தாலும் முதலில் பழகியது போலவே பழக முடிகிறது. நடந்தவை குறித்து எனக்கு வருத்தமில்லை. உன்னைச் சந்தித்தது நிறைவாக இருந்தது," என்பது போல எழுதியிருந்தான்.

ஒரு விதத்தில் அவனது எல்லா உழைப்புகளுமே "எந்த இடத்தையும் அடைய அல்ல. சும்மா நடக்கவே விரும்புகிறோம்" என்று வாசகன் பத்திரிகை ஆரம்பித்த போது சொன்ன கொள்கை அடிப்படையில் கட்டப்பட்டவையே. தினமணி ஆசிரியப் பொறுப்பு, குமுதம் ஆசிரியப் பொறுப்பு, சன் டி.வி செய்தி ஆசிரியப் பொறுப்பு எல்லாவற்றிலும் தன் முத்திரையைப் பதித்து ஒரு சரியான வழிகாட்டலை உண்டாக்கிய பின் வேறொரு புதிய பணியில் (In a new Module) தன்னைப் பொருத்திக் கொள்வான். அவனது தலையாய பங்களிப்பு "புதிய தலைமுறை" இதழில் முழுக்கத் தெரிந்தது. அதைப் பத்திரிகையாக அல்ல இளைஞர்களுக்கான இயக்கமாக ஆக்கி இருந்தான். எனக்கு அதில் ஒரு நல்ல தொடர் எழுதும் வாய்ப்பை அவனே அளித்தான். 1975-ல் அவன், "நீ உரைநடை எழுது" என்று சொன்னதை நான் 2009-இல்தான் ஆரம்பித்தேன். அப்படி எழுதிய உரைநடைத் தொடர்கள் எல்லாவற்றிலும் புதிய தலைமுறை இதழில் நான் எழுதிய "காற்றின் பாடல்" முக்கியமானது. அதற்குக் காரணம் அதை எழுதும்போதெல்லாம் உற்சாகமூட்டுகிற ஒரு ஆசிரியராக அவன் இருந்தான். அவனது அரசியல் நிலைப்பாடு மாறிக் கொண்டேயிருக்கும். அதற்குக் காரணம் அவனது தேடுதல்களில் அவன் முழுமையை எட்டிய திருப்தி கொள்ளவில்லை. அவன், "கேள்விகளை எழுப்பிக்

கொண்டே சிந்திப்பான். அதனால் கேள்விகள் இழுத்துச் செல்லும் திசையிலேயே செல்வான்," என்று நான் உணர்கிறேன். அவன் தொடர்ந்து கேள்விகள் கேட்பவனாக இருக்கிறவன். பதில்கள் அவ்வளவு எளிதில் கிடைத்து விடுவதில்லை. அவனே ஒரு பேட்டியில் இது பற்றி அவன் அம்மா திட்டுவதாகச் சொல்லும், "உனக்கு கோணக்கட்சி ஆடறதே வழக்கமாப் போச்சு" எனக் குறிப்பிட்டிருப்பது மேலோட்டமாகச் சரி போலத் தோன்றினாலும், நாமெல்லோரும் ஹெர்மன் ஹெஸ்செயின் சித்தார்த்தன் நாவலில் அதில் வருகிற 'கோவிந்தன்' போல. புத்தனைச் சந்தித்து அவரது போதனைகளில் திருப்தியுற்று விடுகிறோம். அவன் அதில் வருகிற சித்தார்த்தன் போல. அவன் புத்தனைத் தாண்டியும் செல்ல நினைக்கிறவன். ஆனால் புத்தர் குறிப்பிடுவது போல சாமர்த்தியம் காண்பிக்காதவன். அவன் நண்பனாகவும் நல்லாசிரியனாகவும் வாய்த்தது என் நல்லூழே.

கலாப்ரியா

எழுத்துப் பயணத்தின் அரை நூற்றாண்டு!

If you change anything in life, change the things that get you excited about living.

- Shannon L. Alder

படித்த படிப்பு மற்றும் அது தரும் உயர் வருமானம் என்ற சுக வாழ்வைத் துறந்து, மனதுக்கு பிடித்த விஷயங்களைச்செய்வது, அது தொடர்பான கனவுகளைத் துரத்துவது என்று வாழ்பவர்களின் எண்ணிக்கை குறைவான ஒன்றுதான். மாலனின் வாழ்வை சுருங்க சொல்வதானால் முந்தைய ஒற்றை வாக்கியம் போதுமானது.

முப்பது வருஷங்களுக்கு முன் ஒரு பத்திரிகையாளரிடம் பேசிக் கொண்டிருந்த போது ஒரு சம்பவத்தைப் பற்றிக் கூறினார் (சம்பவம் பக்கம் 35ல் உள்ளது). அதை கேள்விப்பட்டவுடன் அப்போது இராதாகிருஷ்ணன் சாலையில் உள்ள இந்தியா டுடே அலுவலகத்திற்கு சென்று மாலனை சந்தித்தேன். 19 வயது மாணவனான என்னோடு நாற்பது நிமிடங்கள் பேசினார். அதற்கு பின் சந்திப்புகள் தொடர்கதையானது.

எமது சந்திப்புகள் அவரின் இரண்டு குணங்களைச் சொன்னது.

1. *தொடர்ந்து இளைஞர்களுடன் தொடர்பில் இருப்பது*
2. *மாறுபட்ட கருத்துக்களை புன்னகையுடன் எதிர் கொள்வது.*

மாலனின் அரசியல் நம்பிக்கைக்கு நேர் எதிரான திசையில் பயணிக்கும் பத்திரிகையாளர் யுவ கிருஷ்ணாவின் அனுபவம் இதை உறுதிப்படுத்தும். மாலனின் தலைமையின் கீழ் பத்திரிகை யாளராகப் பணியாற்றியபோது ஒரு கட்டுரைக்கான யோசனையை யுவகிருஷ்ணா முன் வைக்கிறார். அதற்கு மாலன் சொன்ன பதில்:

“எனக்கு அப்படி தோணலை. நீங்க அப்படி நம்பினீங்கன்னா, அதைப் பத்தி ஆர்ட்டிக்கிள் எழுதிக் கொடுங்க. நல்லா இருந்தா பிரசுரம் ஆகும்”

அந்த கட்டுரை எழுதப்பட்டு மாலனின் ஒப்புதலுக்குச் செல்கிறது. அதை வாசித்துவிட்டு அவர் அளித்த பதில்

“ஒரு கட்டுரை எப்படி தகவல்கள் திரட்டப்பட்டு, எடுத்து வைக்கும் வாதத்துக்கு வலு சேர்ப்பதாக எழுதப்பட வேண்டும் என்பதற்கு இந்தக் கட்டுரை நல்ல உதாரணம். இந்தக் கட்டுரையை அப்படியே பிரசுரிக்கவும். மேலும், நம்முடைய பயிற்சிப் பத்திரிகையாளர்களுக்கு கட்டுரை எழுதுவது குறித்த பாடமாக இக்கட்டுரையை அனுப்பவும்” என்கிற ஆசிரியரின் குறிப்போடு இருந்தது.

“ஆசிரியருக்கு தனிப்பட்ட முறையில் உடன்பாடில்லாத ஐடியா அது. இருப்பினும் பொருட்படுத்தத்தக்க விவாதம் என்கிற அடிப்படையில் ஜனநாயகப் பூர்வமாக அதை அனுமதித்தார்.

ஆசிரியர் மாலன் நாராயணன் அவர்களிடம் பணிபுரிந்த ஐந்து ஆண்டுக் காலமும் இத்தகைய கட்டற்ற கருத்துச் சுதந்திரம் எனக்குக் கிடைத்தது. நான் விரும்பியதை எவ்வித மனத்தடையுமின்றி பேசக்கூடிய வெளியை அவர் வழங்கினார். எப்போதுமே உரையாடல்களில் ஆர்வமுடையவராகவே அவர் இருக்கிறார். குறிப்பாக எந்தவொரு பிரச்சினையிலும் இளைஞர்களின் கருத்து என்னவாக இருக்கிறது என்பதைத் தெரிந்துக் கொள்வது அவருக்கு முக்கியம்,” என்று யுவகிருஷ்ணா எழுதியிருக்கிறார்.

மாலன் படித்து கொண்டிருந்த காலத்தில் இயற்பியல் நோட்டில் ஒரு கவிதையை எழுதியிருந்தார். அதை படித்த அவரது நண்பர் முத்துப்பாண்டி சி.சு.செல்லப்பா நடத்திய எழுத்து பத்திரிக்கைக்கு அனுப்ப, ஜுலை 1969ஆம் ஆண்டு பிரசுரமாகிறது. அவரது முதல் சிறுகதை 1972ல் கண்ணதாசனில் பிரசுரமாயிற்று.

மாலனின் ஐம்பது ஆண்டுகால எழுத்து பணியை விரிவாக அணுகும் நோக்குடன் அந்திமழை ஒரு விரிவான நேர்காணலை நடத்தியது. ஆசிரியர் குழு உறுப்பினர்களான அசோகனும், கௌதமனும் மாலனின் மனக்கிடங்கை வார்த்தைகளாக்கினர்.

மாலனுடன் சுமார் ஐம்பது ஆண்டுகாலமாக நண்பராகவும் சக எழுத்தாளராக பயணிக்கும் கலாப்ரியா தனது பார்வையை இந்நூலில் பதிவுசெய்துள்ளார்.

இந்த புத்தகத்தில் மாலனின் ஐம்பது ஆண்டுகால எழுத்து வாழ்வு விறுவிறுப்பாக விரிகிறது.

அந்திமழை இளங்கோவன்

உங்கள் குடும்பம், பால்யம், நூல்வாசிப்புப் பழக்கம் பற்றி?

ஸ்ரீவில்லிபுத்தூரில் மருத்துவராக இருந்தவர், என் தாய்வழித் தாத்தா நாராயணன். அவர் இல்லத்தில்தான் நான் வளர்ந்தேன். சுதந்தரப் போராட்டத்தில் ஈடுபட்டவர் என்பதால் அவர் கதர் ஆடைதான் அணிவார். சைக்கிளில்தான் செல்வார். அதில் சிக்கிவிடக்கூடாது என்பதற்காக பாண்டின் கீழே 'கிளிப்' ஒன்று போட்டிருப்பார். இறங்கி வரும்போது, பாண்ட் முழங்கால் அருகே ஒரு பலூன் போல் உப்பி நிற்கும். வேடிக்கையாகத் தோன்றும் அதைப் பார்க்கக் காத்திருப்போம்.

தாழ்த்தப்பட்டவர்களை ஸ்ரீவில்லிபுத்தூர் ஆலயத்துக்குள் அழைத்துச் சென்ற போராட்ட நிகழ்ச்சியில் பங்கேற்றவர். அதன் காரணமாக, அவரைக் கொஞ்சகாலம் சாதியிலிருந்து தள்ளி வைத்திருந்தனர். அமாவாசையன்று தர்ப்பணம் கொடுப்பது போன்ற சடங்குகளுக்கு, வைதிகர்கள் வரமாட்டார்கள். அதனால் அவருக்கு எந்த இழப்பும் இல்லை. அவர் வேதம் கற்றவர். எல்லா சடங்குகளையும் அவரே செய்துகொண்டார். ஓராண்டு வரை அவரைக் கோவிலுக்குள் அனுமதிக்கவில்லை! ஆனால், அதெல்லாம் நீண்டகாலம் நீடிக்கவில்லை. காரணம், அவர் மருத்துவர். அப்போது அந்த ஊரில் மூன்று மருத்துவர்கள்தான் இருந்தார்கள். பலருக்கும் அவரது மருத்துவசேவை தேவைப்பட்டது. ஏழைகளுக்கு இலவசமாக மருத்துவம் பார்த்து வந்தார். சைக்கிளில், சுற்று கிராமங்களுக்குச் சென்று வைத்தியம் செய்வார், காந்தியின்பால் பெரிதும் ஈர்க்கப்பட்டவர்.

சேவை உணர்வு, தேசபக்தி, சமூக சமத்துவம் என்பவை வீட்டிற்குள் இருந்த கலாசாரத்தில் இயல்பாகவே இருந்தது. அன்றைய பிராமணக் குடும்பங்களில் இருந்ததைப் போல பூஜை, பண்டிகை, கடவுள் பக்தி ஒருபுறம்; தேசிய அரசியல் பார்வை, அதே நேரம் தமிழ் இலக்கியம் மொழி இவற்றில் ஆர்வம், கல்வியின் மீது நம்பிக்கை இவை இன்னொருபுறம் என்றிருந்த குடும்பம் அது. காந்தியைப் போல அந்த வீட்டில் மரியாதைக்குரிய ஓர் குடும்ப உறுப்பினர், பாரதி. அவர், அம்மாவின் ஆதர்சம்!

என் அம்மாதான் எனக்கு பாரதியாரை அறிமுகப்படுத்தியவர். ஸ்ரீவில்லிபுத்தூரில் அப்போது ஆண்டுதோறும் பாரதியார் விழா நடக்கும். விழா என்றால், பெரிய கோலாகலமான கொண்டாட்டங்கள் இல்லை. சிறிய கூட்டம். யாராவது ஒன்றிரண்டு பேர் பாரதியார்பற்றி பேசுவார்கள். அதற்கு முன்னால் அவரது பாடல்களைப் பாடுவார்கள்.

அந்தக் கூட்டத்திற்கு மேசை, பூச்சாடி, மேஜையின் அருகில் நாற்காலியில் வைக்க பாரதியின் படம், படத்திற்கு மாலையாக அணிவிக்க, தாத்தா கையால் ராட்டையில் நூற்ற சிட்டத்தாலான மாலை, ஆகியவை எங்கள் தாத்தா வீட்டிலிருந்துதான் போகும். என் அம்மாவும், அவரது தோழியான கமலா என்பவரும் அந்நிகழ்வில் பாரதியார் பாடல்களைப் பாடுவார்கள். அதற்கு டி.கே.பட்டம்மாள், எம்.எல்.வசந்தகுமாரி ஆகியோர் பாடிய பாரதி பாடல்களை கிராமபோனில் கேட்டு, பாடிப் பயிற்சி எடுப்பார்கள்.

ஈன்ற பொழுதின் பெரிதுவந்தோர்

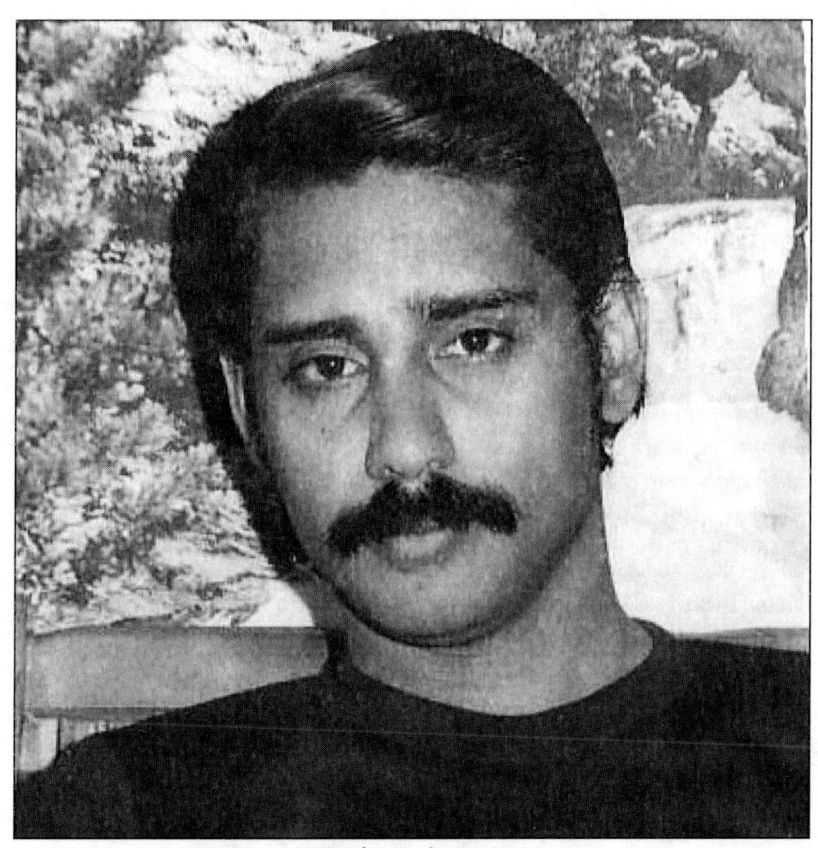

இளம் எழுத்தாளன்

எனக்கு ஐந்தாறு வயது இருக்கும். அம்மா, அந்தக் கூட்டத்திற்கு அழைத்துப் போனார்கள். முன் வரிசையில் ஒரு நாற்காலியில் என்னை மடியில் வைத்துக் கொண்டிருந்தார்கள். பாட அழைப்பு வந்தவுடன், என்னை மடியிலிருந்து இறக்கி அவர் அமர்ந்திருந்த நாற்காலியில் உட்கார வைத்துவிட்டுப் பாடச் சென்றார். நான், நாற்காலியில் இருந்து குதித்து, குடுகுடுவென்று ஓடி அவர் புடவையைப் பிடித்துக்கொண்டு நின்றேன். அம்மா கோபித்துக் கொள்ளவில்லை.

வீட்டுக்கு வந்ததும் அவர் அன்று பாடியதை நான் திரும்பப் பாட முயற்சிப்பேன். ராகம் கோணிக்கொண்டு போகும். மழலையில் சொற்கள் புரளும். அப்போது எனக்கு 'ரா'.

உச்சரிக்க வராது. பாருக்குள்ளே நல்லநாடு 'பாதுக்குள்ளே நல்லநாது' என்றாகிவிடும். ஆனாலும் என் அம்மாவிற்கு, 'பையன் பாரதியைப் பாடுகிறானே!' என்று ஆனந்தம் பொங்கும். வாரி அணைத்துக் கொள்வார்.

கடைசி வரைக்கும் என்னையும் அம்மாவையும் பிணைத்தவர், பாரதியாக இருந்தார். அவர் ஓர் அறுவை சிகிச்சைக்காக மருத்துவமனையில் இருந்த போது அவர் வலி உணராது தூங்க வேண்டும் என்பதற்காக பாரதி பாடல்களை அவரது அறையில் ஒலிக்கச் செய்வேன். சில நேரங்களில் அது விவாதங்களுக்கு இட்டுச்செல்லும். என் இளைய நண்பர்களுக்கு ஒன்றைச் சொல்லவேண்டும். பாரதியை படிப்பதோடு நின்றுவிடாதீர்கள். விவாதியுங்கள். அது பல புதிய கதவுகளைத் திறக்கும்! புதிய கோணங்கள் கிடைக்கும்! எனக்கும் அம்மாவிற்கும் இடையில் நடந்த கடைசி உரையாடல்கூட, பாரதி பற்றியதுதான்.

விகடன் வந்தவுடன் ஜெயகாந்தன் படித்துவிடுவார். உடனே விமர்சனம் செய்வார். அக்னி பிரவேசம் வந்தபோது "என்ன நினைச்சுகிட்டிருக்கார் உங்க ஜெயகாந்தன், தண்ணியைக் கொட்டிட்டா, எல்லாம் சரியாப் போய்டுமா?" என்று, முகம் சிவக்க வாதிட்டது ஞாபகம் இருக்கிறது. இதெல்லாம்தான் ஆரம்ப விதைகள்.

என் அப்பாவும் தீவிர வாசகர். அவர் மதுரையில் வங்கியில் பணிபுரிந்தார். நான், மூன்றாம் வகுப்புவரை ஸ்ரீவில்லி புத்தூரில்தான் படித்தேன். விடுமுறை நாள்களில் ஸ்ரீவில்லிபுத்தூர் வருவார். நூலகம் சென்று புத்தகங்களை அள்ளி வருவார். ஒருமுறை, என்னை அங்கிருந்த பெனிங்டன் நூலகம் என்ற பெரிய நூலகத்துக்கு, சைக்கிளில் அமரவைத்து அழைத்துச் சென்றார். என்னை நூலகருக்கு முன்னால் அமரவைத்துவிட்டு, உள்ளே போனார். ஆளுயர அலமாரிகளில் இருந்த நூல்களை நான் பிரமிப்புடன் பார்த்துக் கொண்டிருந்தேன். உள்ளேசென்று நூல்களுடன் வந்தார். அவரை நூலகர் மரியாதையுடன் அணுகிப் பேசிக் கொண்டிருந்தார். நூல்கள் வாசிப்பவர்களை மரியாதைக்கு உரியவர்களாக சமூகம் மதிக்கும் என்பதை நான் அந்த வயதில் கண்ணெதிரே கண்டேன்.

அப்பாவுக்குப் பல எழுத்தாளர்களோடு நேரடிப் பழக்கமும், நட்பும் இருந்தது. கிவாஜ, பலமுறை எங்கள் வீட்டிற்கு வந்து

தங்கிச் சென்றிருக்கிறார். தேவன் அப்பாவிற்கு எழுதிய கடிதங்களை நான் வாசித்திருக்கிறேன்

அப்பா வாசிப்பதைக் குறித்து சில கொள்கைகள் வைத்திருந்தார். ஒரு எழுத்தாளரை விமர்சிக்க வேண்டுமானால், அவருடைய எல்லா எழுத்துகளையும் படித்துவிட்டு விமர்சிக்க வேண்டும் என்பது அதில் ஒன்று. அவர் சொல்லி நிறைய ஆங்கிலக் கதைகள் படித்துள்ளேன். ஆனால் அவர், எங்கள் மீது எந்த எழுத்தாளரையும் திணித்தது கிடையாது. அவருக்கு சாமர்செட்மாம் மிகவும் பிடித்த எழுத்தாளர். மாம் ஒரு மருத்துவர். அதனால், நானும் மருத்துவக் கல்லூரியில் படித்தபோது சாமர்செட்மாம் நிறைய படித்தேன். நானும் கதை எழுதியதால் நெருங்கிய நண்பர்கள் என்னையும், 'மாம்' என்று கிண்டல் செய்வார்கள். புத்தகம் படிப்பது, பத்திரிகை என்பது எனக்குக் கொண்டாட்டமாகவே இருந்தது.

என் தந்தையும் சுதந்தரப் போராட்டத்தில் பங்கெடுத்தவர். அவர் சென்னை மாநிலக் கல்லூரியில் படித்தபோது நண்பர்களுடன் சேர்ந்து கோட்டையில் இரவோடு இரவாக, கொடியேற்றத் திட்டமிட்டு அங்கு சென்றார். ஆனால், திட்டம் நிறைவேறவில்லை. இவர்களைக் கைதுசெய்து அலிப்பூர் சிறையில் அடைத்துவிட்டார்கள்!

அப்பாவின் அப்பா, ஆங்கில அரசில் கல்வி அதிகாரியாக இருந்தவர். அவர் கல்வி கற்றால் எல்லோரும் வறுமையிலிருந்து விடுபட்டு முன்னேற முடியும் என்று நம்பியவர். அவருடைய ஊர், விளாத்திகுளம். அங்கே ஒரு பள்ளி தொடங்க வேண்டும் என்பது அவரது ஆசை. அந்த நாட்களில் தனியார் பள்ளிகள் தொடங்குவது அவ்வளவு எளிதல்ல. தனியார் பள்ளி தொடங்க அரசு கடினமான நிபந்தனைகள் விதித்திருந்தது. பள்ளி தொடர்ந்து நடக்கும் என்பதற்கு உத்தரவாதமாக ஒரு எண்டோன்மெண்ட் (வைப்புத்தொகை) உருவாக்க வேண்டும். நிலங்கள் கொடுக்கவேண்டும். என் தாத்தா, வெகுநாள் அதற்கு முயற்சி செய்து கொண்டிருந்தார். அவர் ஒருநாள் காலை, பதினொருமணிபோல மரணம் அடைந்தார். அன்று மதியம் ஒருமணி அளவில், பள்ளி தொடங்குவதற்கான அனுமதிக் கடிதம் அரசிடமிருந்து வந்தது!

மருந்தியல்துறை படிப்புக்குப் பின்னர் நீங்கள் எப்படி இதழியல் துறைக்கு வந்தீர்கள்?

மதுரையில்தான் பள்ளிப் படிப்பு படித்தேன். எட்டாம் வகுப்புப் படிக்கும்போதே கையெழுத்துப் பத்திரிகை நடத்திக் கொண்டிருந்தேன். அதன் மூலமாகத்தான், இதழியலுக்கு வருகை எனலாம். வீட்டில் தினமணி, ஹிந்து வாங்குவார்கள். கல்கண்டு, கல்கி, விகடன் ஆகிய பத்திரிகைகள் வரும். ஒருநாள், தினமணியில் ஒரு செய்தி படித்தேன். ஹைதராபாத் நிஜாம் அரண்மனையை விரிவாக்கப் பணிக்காகத் தோண்டியபோது, கட்டுக்கட்டாக கரன்சி நோட்டுகள் கிடைத்தன. எல்லாம் நிஜாம் காலத்து கரன்சி. மண்ணில் புதைக்கப்பட்டிருந்ததால், கரையான் களுக்கு பலியாகிருந்தன. காலையில் அதை வாசித்தது முதல், என் மனதில் கேள்விகள் அலையடிக்க ஆரம்பித்தன. யாருக்கும் பயனில்லாமல்போன முட்டாள்தனத்தை எண்ணி ஒரே நேரத்தில் கோபமும் சிரிப்பும் வந்தன.

நான், பள்ளிக்கு நடந்து செல்வதுதான் வழக்கம். பள்ளியில் பிரார்த்தனை முடிந்து வகுப்பிற்குப் போனதும் பின்னால் இருந்த பெஞ்சில் போய் அமர்ந்து நோட்டைப் பிரித்துக்கொண்டு கவிதை எழுத ஆரம்பித்துவிட்டேன். நடந்துகொண்டிருந்தது, பூகோள வகுப்பு. ஆசிரியர், மத்தியத் தரைக்கடல் சீதோஷ்ணம் பற்றி விவரித்துக் கொண்டிருக்கிறார். கவிதை எழுதுவதில் முனைப்பாக இருந்த என்னை கவனித்துவிட்ட ஆசிரியர், பேசிக்கொண்டே என் அருகில் வந்தார். நோட்டைப் பிடுங்கிக்கொண்டு மேடைக்குச் செல்கிறார்.

எனக்கோ அச்சம்! கூப்பிட்டு வைத்து அவமானப்படுத்தப் போகிறார் என்று நினைத்தேன். தனியாக ரெண்டு வார்த்தை

விதைக்கு முதல்நீர் வார்த்தவர்

திட்டிவிட்டால்கூட பரவாயில்லை என்று நினைத்தேன். அப்பாவைக் கூட்டிக் கொண்டு வா! என்று சொன்னால்கூடக் கவலை இல்லை. ஆனால் நாலுபேர் முன்னால், நாக்கைப் பிடுங்கிக் கொள்வதுபோல ஏதாவது சொல்லிவிடுவாரோ என்று நடுங்கிக் கொண்டிருந்தேன். ஆனால் அவர், முற்றிலும் எதிர்பாராத ஒரு காரியம் செய்தார்.

அவர் "கவிதை எழுதுவது என்பது கடவுள் கொடுக்கும் வரம். அப்படியொரு வரம்பெற்ற ஒருவன், நம் வகுப்பிலிருக்கிறான்!" என்று சொல்லி, என்னை அழைத்து அக்கவிதையைப் படிக்கச் சொன்னார்

அந்தக் கணம், என் வகுப்புத் தோழர்களுக்கு என் மீது மதிப்பும் நேசமும் கூடிவிட்டது. அந்த நிகழ்ச்சிக்குப் பிறகு நான் நடத்திய கையெழுத்துப் பத்திரிகைக்கு வாசகர் எண்ணிக்கை கூடிவிட்டது! (சிரிப்பு)

அவர் அன்று கடிந்துகொண்டு, ஏதாவது சொல்லியிருந்தால், நான் கவிதை எழுதுவதைத் தொடர்ந்திருக்கமாட்டேன். கவிதைதான் நான் எழுத்துலகில் அடியெடுத்து வைத்த வாசல்.

எழுத வேண்டும் என்று எனக்குள் இருந்த உந்தலுக்கு விசை சேர்த்தவரும் இந்த விதைக்கு முதல் நீர் வார்த்தவரும் என் அண்ணன் ரமணன். என் கையெழுத்து பத்திரிகைக்கு பல விதங்களில் மெருகூட்டினார். ஒரு பழைய டூத் பிரஷ்ஷை வைத்துக் கொண்டு எப்படிப் பக்கங்களுக்கு வண்ணம் சேர்க்கலாம் எனப் பயிற்றுவித்தவர் அவர்தான். ஆரம்ப நாட்களில் அவரும் நானும் சேர்ந்து பேட்டிகள் செய்திருக்கிறோம். அவர் நல்ல எழுத்தாளரும் கூட. பயணக் கட்டுரைகள், வாழ்க்கைச் சரிதங்கள், சமகால நிகழ்வுகள் குறித்து எழுதுவதில் ஆர்வம் கொண்டவர். புனைகதைகளும் எழுதிப் பரிசுகள் வென்றிருக்கிறார். அண்மையில் கல்கி வார் இதழுக்கு பொறுப்பாசிரியராக பொறுப்பேற்றிருக்கிறார்.

நான் பள்ளி இறுதி வகுப்பில் இருந்தபோது, '1965ஆம் ஆண்டு ஜனவரி மாதம் 26ம்நாள் முதல், இந்தி நாட்டின் ஆட்சி மொழி ஆகும்!' என்ற செய்திகள் வெளியாயின. அதைக் கண்டிக்கும் திமுகவின் சுவரொட்டிகள் நகரில் பல இடங்களில் ஒட்டப்பட்டிருந்தன. அதில் அண்ணாவின் படத்தோடு இடம்பெற்றிருந்த ஒரு வாசகம் என்னைக் கவர்ந்தது. "உலகத்துத் தீமைகள் அனைத்திற்கும் தீமூட்ட உன் அண்ணனின் கரங்களுக்கு வலுவில்லாமல் இருக்கலாம். ஆனால் உன்னை இரண்டாம் தரக் குடிமகனாக்கும் இந்திக்குத் தீமூட்ட அவை ஒருபோதும் துவளப் போவதில்லை" என்பது அந்த வாசகம். இரண்டாம்தரக் குடிமகன் என்ற வார்த்தை என்னை மிகவும் யோசிக்கவைத்தது.

அந்த ஜனவரி 25ம் தேதி நானும் எங்கள் பள்ளி மாணவர்களும் மதுரை வீதிகளில் ஊர்வலமாகச் சென்றோம். எங்கள் ஊர்வலம் வடக்கு மாசிவீதி வழியாக வந்துகொண்டிருந்தபோது எங்கள் மீது தடியடி விழுந்தது. காவல்துறை ஒரு எந்திரம்போல் செயல்படுவதை முதல்முறையாகப் பார்க்கிறேன். எனக்கும் அடி விழுந்தது. இடதுகாலில் ரத்தக்காயம்! அதுநாள்வரை என்னை யாரும் அடித்தது இல்லை. அடிபட்டதில் அவமானப் பட்டதைப்போல் உணர்ந்தேன். என்ன செய்துவிட்டேன் என்று என்னை அடித்தார்கள்? தேசத்திற்கு எதிராக கோஷம் எழுப்பவில்லை. தரம் தாழ்ந்த மொழியில் குரலெழுப்பவில்லை. கல்லெடுத்து எறியவில்லை. பிறகு எதற்காக என்னை அடித்தார்கள்?. பல வகையான உணர்வுகள் மனதில் கொந்தளித்தன.

ஆசானும் நானும்

வீட்டில் அப்பா, தாத்தா எல்லோரும் சுதந்தரப் போராட்டத்தில் பங்கு பெற்றவர்கள். அதனால் ஒவ்வொரு ஆண்டும் எங்கள் வீட்டில் ஜனவரி 26ஆம் தேதி தேசியக்கொடி ஏற்றப்படும். அந்த ஆண்டும் எங்கள் வீட்டில் அப்பா கொடி ஏற்றினார். சில நிமிடங்களில் அதை அகற்றிவிட்டு நான் கறுப்புக் கொடி ஏற்றினேன். அப்பா எதுவும் சொல்லவில்லை. புன்னகைத்தார். அம்மாவிற்கு ஆழ்ந்த வருத்தம். அன்று எங்கள் வீட்டில் அம்மா விருப்பப்படி தேசியக் கொடியும் என் விருப்பப்படி கறுப்புக் கொடியும் அருகருகே பறந்தன.

இந்தித் திணிப்பு எதிர்ப்புக் கிளர்ச்சி என்னுள் ஓர் அழுத்தமான தாக்கத்தை ஏற்படுத்தியது. அவமானப் படுத்தப்பட்டதாக நான் நினைத்த காயம் பெருமைக்குரிய விழுப்புண்ணாக

மாறியது. காங்கிரஸ் மீதான விமர்சனமும் திமுக மீதான ஈர்ப்பும் அதிகரித்தன. மாலைப் பொழுதில் கிரிக்கெட் விளையாடப்போவது நின்றுபோனது. அதுவரை நெருங்கிப் பழகியிராத பள்ளித் தோழர்களோடு சேர்ந்துகொண்டு பள்ளி வளாகத்திற்குள் சிறு கூட்டங்கள் போட்டோம். ராதாகிருஷ்ணன் என்ற நண்பன் வகுப்பிற்கே முரசொலி எடுத்துக் கொண்டுவந்து கொடுப்பான். தமிழ் மீதான ஆர்வமும் பெருமிதமும் அதிகரித்தன. தமிழ்க் கவிதைகளைத் தேடித்தேடிப் படித்தேன். பாரதியிலிருந்து என் பார்வை பாரதிதாசன் மீது திரும்பியது.

நான் மதுரைக் கல்லூரியில் படிக்கும்போது மாணவர் மன்ற விழாவில் பேச நெடுஞ்செழியன் வந்தார். அப்போது திமுக ஆட்சிக்கு வந்திருக்கவில்லை. அவர், அமைச்சரல்ல. ஆனால், அரசியல் தலைவர்களைக் கல்லூரி விழாவிற்கு அழைக்க நிர்வாகம் தடையேதும் செய்யவில்லை. அவர்கள் அரசியல் பேசக்கூடாது என்பது மட்டும்தான் நிபந்தனை. அவர்களும் அரசை நேரடியாக விமர்சித்துப் பேசவில்லை.திமுக தலைவர்கள் இலக்கியம் பேசுவார்கள். தமிழின் சிறப்புகளைப்பற்றி பேசுவார்கள். தமிழர்களின் பெருமைகளைப் பேசுவார்கள். இடையிடையே 'பொடி'வைத்துப் பேசுவார்கள். அதில் மறைபொருளாக இருக்கும் அரசியல் எல்லோருக்கும் புரியும். கைதட்டல் எழும்.

எழுத்து

இலக்கிய காலாண்டு ஏடு

ஜூலை 1969

சிகப்பும் வெண்மையும்
தலையங்கம்

தமிழ் எம்.ஏ.க்கள் மகாநாடு
குறிப்பு

கவிதையும் இலக்கணமும்
சி. சு. செல்லப்பா

இலக்கியத்தை பாதிக்கும் சக்திகள்
வல்லிக்கண்ணன்

ராமனுஜனின் கடிதம்
புதுமைப்பித்தன்

புதுக்கவிதைகள்

தி. சோ. வேணுகோபாலன், இரா. மீனாட்சி, டிமோதி ஹெயின்மன், க. நா. ராமச்சந்திரன், இரா. பன்னீர்செல்வம், ந. கா. சாமிநாதன், சு. சங்கரசுப்ரமண்யன், வி. வே. மாலன்

ரூ. 1-25

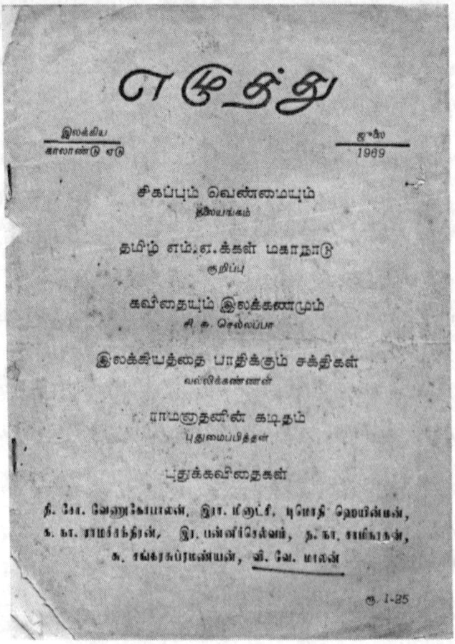

நெடுஞ்செழியனும் அன்று இலக்கியம்தான் பேசினார். மழை பொழிவதுபோல சடசடவென்று அவர் பேச்சில் இலக்கிய மேற்கோள்கள் வந்து விழுந்தன. கவிதை மணம் கமழ்ந்தது. அப்போதுதான் கவிதை எழுதத் தொடங்கியிருந்த நான், அவரது பேச்சை பிரமிப்பும் வியப்புமாகக் கேட்டேன். ஒன்றரை மணி நேரம் உணர்ச்சிகளை சீண்டும் விதமாகப் பேசிய

அவர், தனது பேச்சை, பாரதிதாசனின் 'எங்கள் வாழ்வும் எங்கள் வளமும்' என்ற சங்குப் பாடலை கணீர் குரலில் முழங்கி, நிறைவு செய்தார். உணர்ச்சி கொப்பளிக்க "பொங்கு தமிழர்க்கு இன்னல் விளைத்தால் சங்காரம் நிசமெனச் சங்கே முழங்கு!" என்று அவர் குரலை உயர்த்தியபோது, கூட்டம் 'ஹோ'வென்று ஆர்ப்பரித்து எழுந்து நின்று கரவொலி எழுப்பிற்று. என் உடலில் கதகதவென்று இளஞ்சூடேறியது. எங்கள் பேராசிரியர்களும் எழுந்து நின்று தம்மை மறந்து, கட்டுகள் தளர்ந்து, கைதட்டுவதைப் பார்த்தேன். அந்த ஆரவாரத்திற்கு இடையே அவர் 'வெங்குருதி தனிற்கமழ்ந்து வீரம் செய்கின்ற தமிழ் எங்கள் மூச்சாம்' என்று முடித்தபோது, 'தமிழ் வாழ்க!' என்ற முழக்கத்தில் அரங்கு அதிர்ந்தது.

அடுத்தநாள், கல்லூரி நூலகத்திற்கு பாரதிதாசன் கவிதைகளைத் தேடிக்கொண்டு போனேன், எனக்கு முன்னே பல மாணவர்கள் அதை இரவல் வாங்கிப் போயிருந்தார்கள் (நெடுஞ்செழியன் எஃபெக்ட்!) புதுமைப்பித்தன் நூல்கள் அகப்பட்டன. எனக்கு அப்போது அவரைப்பற்றி எதுவும் தெரியாது. ஆனால் அந்தப் பெயர் என்னை வசீகரித்தது. புதுமைப்பித்தன் என்ற பெயரைப் பார்த்ததும் அவரும் திராவிட இயக்கத்து எழுத்தாளராக இருப்பார் என்று தோன்றியது. நூல்களை இரவல் வாங்கிக் கொண்டு படிக்க ஆரம்பித்தேன்.

கல்லூரியில் படிக்கும்போது எழுத்து இதழில் என் கவிதை முதல்முதலாக வெளிவந்தது. அதுவும் வகுப்பறையில் அமர்ந்திருக்கும்போது எழுதிய கவிதைதான். அப்போது தூத்துக்குடியில் வசித்து வந்தோம். அப்பா, பணியிட மாறுதலில் அங்கு வந்திருந்தார். புதிய நண்பர்கள் கிடைத்திருக்க வில்லை. முத்துப்பாண்டி என்ற வகுப்புத் தோழரோடு பொன்னியின்செல்வன் பற்றிய உரையாடலில் அவருடனான நட்பு தொடங்கியது. நாங்கள் இருவரும் காரப்பாக்கம் என்ற இடத்தில் இருந்த நூலகத்திற்குச் சென்று பத்திரிகைகளைப் புரட்டிக் கொண்டிருப்போம். அங்குதான் 'எழுத்து' இதழ் அறிமுகமாயிற்று. வகுப்பில் என் இயற்பியல் நோட்டுப் புத்தகத்தை எடுத்துப் புரட்டிக் கொண்டிருந்த முத்துப்பாண்டி, அதிலிருந்த என் கவிதையைப் பிரதி எடுத்து, எழுத்துக்கு அனுப்பினார்.

சில மாதங்கள் கழித்து கவிதை வெளியான எழுத்துப் பிரதியும், சி.சு.செல்லப்பாவின் அஞ்சலட்டை ஒன்றும் வந்தது. நான்

கல்லூரிக்குப் போயிருந்தேன். அம்மாதான் வாங்கினார். ‘கவிதை நன்றாக இருந்தது, தொடர்ந்து எழுத்துக்கு எழுதவும்’ என்பதுபோல் அஞ்சலட்டையில் இரண்டு வரிகள்தான் இருந்தன. அம்மாவிற்கு மிக சந்தோஷம். கவிதை குறித்தல்ல. அம்மா, இளம் பருவத்தில் வாசித்த எழுத்தாளர் செல்லப்பா. “எவ்வளவு பெரிய எழுத்தாளர்! உன்னைப் பாராட்டியிருக்கிறார்!” என்று சொல்லிச்சொல்லி மகிழ்ந்து கொண்டிருந்தார்

அதன் பின்னர் கல்லூரி மாணவனாக இருந்த காலத்திலேயே கணையாழியில் எழுதியிருக்கிறேன். நான் படிக்கும்போது என்னுடன் இருந்த நண்பர்கள் இலக்கிய வாசனை உடையவர்கள். அருணகீதாயன் அழகிய சந்தத்துடன் நன்றாக மரபுக் கவிதை எழுதுவார். அப்போது நடந்த உலகத் தமிழ் மாநாடு நடத்திய கவிதைப் போட்டியில் பரிசு பெற்றவர். மற்றவர், அன்பழகன். அவர், பெருஞ்சித்திரனாரின் தென்மொழியின் தீவிர வாசகர். இப்போது, ஆஸ்திரேலியாவில் இருக்கிறார். அன்புஜெயா என்ற பெயரில் எழுதுகிறார்.

கல்லூரியில் பார்மகாலஜி வகுப்பு நடந்து கொண்டிருக்கும்போது நாங்கள் கடைசி பெஞ்சில் அமர்ந்துகொண்டு ஈற்றடி கொடுத்து வெண்பா எழுதிக் கொண்டிருப்போம். தேர்வுக்குப் போவதற்கு இரண்டு மணிநேரம் முன்புகூட இப்படி வெண்பா எழுதியிருக்கிறோம்.

கல்லூரியில் ‘தாமரை’ வாசகர்களாக இருந்த சில இடதுசாரி நண்பர்களும் இருந்தார்கள். எங்கள் கல்லூரி நாட்கள், நாட்டில் அரசியலில் புயல் வீசிக் கொண்டிருந்த நாட்கள். தமிழகத்தில் ஆட்சிக்கு வந்த அண்ணா மறைந்து, சில சலசலப்புகளுக்குப் பின் கருணாநிதி முதல்வராகியிருந்தார். அவரது ஆட்சியை ஊடகங்கள் விமர்சித்துக் கொண்டிருந்தன. காங்கிரஸ் பிளவுபட்டு காமராஜரும் இந்திராவும் எதிரெதிர் அணியில் இருந்தார்கள். இந்திராகாந்தி வங்கிகள் தேசியமயம், மன்னர் மானிய ஒழிப்பு என்று பல அதிரடி மாற்றங்களை அறிவித்துக் கொண்டிருந்தார். எனவே, இலக்கியத்தில் நாங்கள் ஆளுக்கொரு பார்வை கொண்டிருந்தாலும் எங்களுக்குள் விவாதிக்க அரசியல் நிறைய அவல் தந்துகொண்டிருந்தது.

பிறகு நான் படிப்பு முடித்துவிட்டு சென்னைக்கு வேலைக்கு வந்ததும் சிறுபத்திரிகைகளுடன் தொடர்பு வலுப்பட்டது. பின்னர், நானும் அனந்தகிருஷ்ணன் என்ற ஒரு நண்பனும் சேர்ந்து சிறு பத்திரிகை ஒன்றை ஆரம்பித்தோம். பெயர், வாசகன். குறிப்பிட்ட காலஅளவில் அதைக் கொண்டு வருவதில்லை என்று முடிவு செய்திருந்தோம். கடிகாரம் கையில் கட்டப்படுவது. ஆனால் நாங்கள் காலத்தை, கைதிகள் சுதந்தரமாக நடமாட முடியாமல் காலில் ஓர் இரும்பு குண்டைக் கட்டியிருப்பார்களே, அதைப்போல் பார்த்தோம். ஆரம்பிக்கும்போதே, 'காலில் கட்டிய குண்டாகக் கனக்கும் காலத்தை நாங்கள் நிராகரிக்கிறோம்!' என்று அறிவித்து விட்டோம். 'எந்த இடத்தையும் அடைய அல்ல, சும்மா நடக்கவே விரும்புகிறோம்' நாம் என்பதுதான், எங்கள் tag line.

அதில் பாலகுமாரன், வண்ணதாசன் போன்றவர்கள் எழுதினார்கள். எழுதியதோடு அட்டைப் படமும் போட்டார்கள். முதல் இதழில் வெளியான சுப்ரமண்யராஜுவின் கதை, அந்த மாதத்தின் சிறந்த கதையாக இலக்கியச் சிந்தனையில் தேர்வாயிற்று. ஏன் காலத்தை மட்டும் மறுக்க வேண்டும்? வெளியையும் மறுக்கலாமே என்று, ஒரு இதழை, வழக்கமான இதழின் அளவில் இல்லாமல் ஒரு புத்தகமாக வெளியிட்டோம். அது, சிறுகதைத் தொகுப்பு. 'ஒரு தலைமுறையின் 11 சிறுகதைகள்' என்று பெயர் வைத்தோம். அதில் ஆதவன், பாலகுமாரன், சுப்ரமணியராஜு, ஜெயபாரதி, இந்துமதி, வண்ணதாசன், சிந்துஜா, எம்.சுப்ரமணியன், அக்ரிஷ், கலாஸ்ரீ, நான் ஆகியோரின் சிறுகதைகள் வெளிவந்தன.

அப்போது வாரத்தில் மூன்று நான்கு நாட்கள் பாலகுமாரனையும் சுப்ரமணியராஜுவையும் சந்திப்பது வழக்கம். மாம்பலம் ரவுண்டானாவில் இறங்கி உட்கார்ந்து பேசிக் கொண்டிருப்போம். அல்லது, தி.நகர் பஸ் நிலையத்தின் சுற்றுச் சுவரில். அல்லது, ராயப்பேட்டை YMCA முன்னிருந்த வெளியில். நான் திருவல்லிக்கேணியில் மேன்ஷனில் இருந்தேன். பாலகுமாரன் ராயப்பேட்டையில் இருந்தான். கடற்கரை, கடைவாசல் என்று எங்காவது அமர்ந்து பார்த்தது, படித்தது, படிக்க வேண்டியது எல்லாவற்றையும் பேசிக்கொண்டே இருப்போம்.

அந்த நாள்களில் சிறு பத்திரிகைகளில் குழு மோதல்கள் உக்கிரம் அடைந்திருந்தன. வெங்கட்சுவாமிநாதனுக்கும் அசோகமித்திரனுக்கும் இடையே மோதல். வெங்கட்சுவாமி

நாதனுக்கும் ந.முத்துசாமிக்கும் இடையே மோதல். இன்னொரு புறம் தருமு சிவராமுடன் வெ.சா.விற்கு இருந்த உரசல் வேறு. எல்லோரையும் ஏசி, வெ.சா.பக்கம் பக்கமாக எழுதிக் கொண்டிருந்தார். அவரது அந்தக் கட்டுரைகளை வெளியிடு வதற்காகவே சிற்றிதழ்கள் தோன்றின. கணையாழி, தீபம், தாமரை தவிர பிற பத்திரிகைகளில் இந்தப் பூசல்கள் ஏதோ ஒருவிதத்தில் எதிரொலித்துக் கொண்டிருந்தன.ஒருகட்டுரையாவது இருக்கும்.

சிறு பத்திரிகைகளின் செயல்முறைகள் பற்றி எங்களுக்குள் கேள்விகள் எழுந்தன. நாங்கள் பெரிதும் மதித்த எழுத்தாளர், அசோகமித்ரன். வெ.சா.வை எழுத்துக் காலத்திலிருந்து வாசித்து வந்தவன். அவர் மீதும் மரியாதை இருந்தது. அவர்களுக்கிடையேயான பூசல்கள், அதிலும் குறிப்பாக வெ.சா. கைக்கொண்ட மொழி (கணையாழியில் எழுதத் தொடங்கிய இளம் எழுத்தாளர்களை 'ரசிகர் மன்றம்'போன்ற சொற்களைப் பயன்படுத்தி ஏளனம் செய்தார்) எங்களுக்கு உவப்பானதாக இல்லை. சிறு பத்திரிகைகளில் இருந்து விலகி நிற்கலாம். ஆனால் எங்களுக்கான வேறு பிரசுர வெளிகள் என்ன? இந்த விவாதத்தின்போது வெகுஜனப் பத்திரிகைகள் குறித்தும் கேள்விகள் எழுந்தன. அந்தக் காலகட்டத்தில் வெகுஜனப் பத்திரிகைகளில் புனைவுகளே முக்கியத்துவம் பெற்றிருந்தன. எங்கள் கதைகள் அந்த ரகம் அல்ல. அதில் வரும் சிறுகதைகள் பற்றியும் எங்களுக்குள் விவாதங்கள் நடந்தன.

அன்று. அசோகமித்திரனை சிறு பத்திரிகை வட்டாரத்துக்கு வெளியே பலர் அறிந்திருக்கவில்லை. அவரது முதல் புத்தகம் 'வாழ்விலே ஒருமுறை' அதை அவரே வெளியிட்டார். எங்கெல்லாமோ தேடிப்பார்த்தும் அந்தப் புத்தகம் கிடைக்க வில்லை. கடைசியில், அசோகமித்திரனையே தேடிச்சென்று கேட்டேன். அவர், 'என்னுடன் வா!' என்று, மாடிக்குக் கூட்டிக்கொண்டு சென்று காண்பித்தார். கட்டுக்கட்டாக இருந்தன பிரதிகள். மௌனியின் கதைகளை முதல்முறையாக வைத்தீஸ்வரனும் முத்துசாமியும் சேர்ந்து கொண்டு வந்தார்கள். வெகுஜன வாசகர்களுக்கு இந்தக் கதைகள் போய்ச் சேராததற்கு என்ன காரணம்? இலக்கியச் சிற்றேடுகளில் வரும் கதைகள் வெகுஜனப் பத்திரிகை வாசகர்களுக்குப் பிடிக்காது என்ற வாதம் உண்மையா? அல்லது அந்தக் கதைகளை அவர்களிடம் கொண்டு போக முயற்சிகள் இல்லாததால் அவை படிக்கப்படாமல்

அர்த்தராத்திரி ஆசிரியர்: பாலகுமாரன் - சுஜாதா - மாலன்

இருக்கின்றனவா? என்று கேள்விகளை எழுப்பிக்கொண்டு விவாதித்தோம்.

இதைப் பரீட்சித்துப் பார்க்கவேண்டும் என்று முடிவு செய்தோம்.

நாம் கணையாழியிலோ, தீபத்திலோ, எழுதிய எழுதும் கதைகளைத் தொகுப்பாகக் கொண்டு வருவோம். அதைப் பிரபலமானவர்களைக் கொண்டு, வெகுஜனங்களுக்கு அறிமுகப்படுத்துவோம், ரியாக்ஷன் எப்படி இருக்கிறது என்று பார்ப்போம் என முடிவுசெய்தோம்.

எங்களை நன்கு அறிந்த சுஜாதா அப்போது குமுதத்தில் நைலான் கயிறு மூலம் பெரும் கவனத்தை ஈர்த்திருந்தார். இயக்குநர் பாலசந்தர், கமல்ஹாசன், இசையமைப்பாளர் எம்.பி. சீனிவாசன் ஆகியோர் பங்கேற்ற நிகழ்வில் அந்தச் சிறுகதைத் தொகுப்பை அண்ணாசாலையில் உள்ள பொதுநூலக அரங்கில் வெளியிட்டோம். இயக்குநர் பாலச்சந்தர் வெளியிட, மூத்த எழுத்தாளர் கரிச்சான்குஞ்சு பெற்றுக் கொண்டார். மனோபாலா அப்போது ஓவியக் கல்லூரி மாணவர். அவரது நவீன ஓவியங்களைக் கொண்டு அரங்கை அலங்கரித்தோம். விழா குறித்த துண்டுப் பிரசுரங்களை மாம்பலம் ரயில் நிலையம் வாசலில் நின்றுகொண்டு நானும் பாலகுமாரனும் விநியோகித்திருக்கிறோம். ஏஜிஎஸ் அலுவலகத்திற்குள் நுழைந்து கொடுத்திருக்கிறோம்.

நிகழ்ச்சியன்று நாங்கள் எதிர்பாராத அளவு கூட்டம். அரங்கம் நிரம்பி வெளியே ஆட்கள் நின்றனர். ஆச்சரியமென்னவென்றால், நாங்கள் 500 பிரதிகள் அச்சிட்டோம். அதில் 300 பிரதிகள் அன்றே விற்பனை ஆகிவிட்டன. இது எங்களுக்கு ஒரு நம்பிக்கையை அளித்தது. அப்போது ஒரு முடிவு செய்தோம். பெரிய பத்திரிகைகள் உள்ளே சென்று அவற்றைக் "கைப்பற்றி"அதில் இலக்கியத்தை முன்வைப்பது என்று ஒரு யோசனையை நான் முன்வைத்தேன்.

அது அன்றைய அரசியல் அரங்கில் நடந்துகொண்டிருந்தவற்றை வேடிக்கை பார்த்துக் கொண்டிருந்தபோது உதித்த யோசனை. காங்கிரஸ் போன்ற இடதும் இல்லாமல், வலதும் இல்லாமல் நடுப்பாதையைப் பின்பற்றும் (Centrist) ஒரு பிரமாண்டமான அரசியல் கட்சி இருக்கும் வரை இங்கு கம்யூனிஸ்ட் சித்தாந்தம் நிலைகொள்ள வாய்ப்பில்லை என்று சில இடதுசாரி அறிவுஜீவிகள் கருதினார்கள். காங்கிரஸ் கட்சிக்குள் ஊடுருவி அதை வசப் படுத்திக் கொள்வதுதான் இதற்குத் தீர்வு என்று அவர்கள் எண்ணினார்கள்.

மோகன்குமாரமங்கலம், நந்தினிசத்பதி, சித்தார்த்தசங்கர்ரே, கே.ஆர்.கணேஷ் ஆகியோர் ஒரு கொத்தாக காங்கிரஸ் கட்சிக்குள் நுழைந்திருந்தார்கள். அதைப்போல வெகுஜன ஊடகங்களில் நுழைந்து நாம் ஏன் அதை வசப்படுத்தக்கூடாது? என்பது என் யோசனை.

இந்த எண்ணத்திற்குப் பின்னால் ஓர் அனுபவமும் இருந்தது. எமர்ஜென்சி சமயத்தில் நான் தஞ்சையிலிருந்தேன். சென்னையில் இருந்து சில புலனாய்வுத்துறை காவல் அதிகாரிகள் தஞ்சை வந்து, எங்கள் இலக்கியச் சிற்றேடான வாசகன் இதழை அனுப்பு வதற்காக வைத்திருந்த முகவரிப் புத்தகத்தைப் பிடுங்கிக் கொண்டு போனார்கள். எனக்கு ஆச்சரியமும் கோபமும் ஏற்பட்டது. அதில் இருந்தது வெறும் 300 முகவரிகள்தான். அதை வைத்து சர்வ வல்லமை படைத்த இந்திய அரசை நாங்கள் என்ன செய்துவிட முடியும்? என்று அந்த அதிகாரிகளிடம் கேட்டேன். 'ஆறடி ஆளைக் கொல்ல அங்குல புல்லட் போதும் தம்பி' என்றார், அந்த அதிகாரி.

ஜெயபாரதி தினமணிக் கதிரில் வேலைக்குச் சேர்ந்தார். பாலாவும் ராஜுவும் குமுதத்தில் போய்ப் பேசுவது என முடிவு

செய்தார்கள். நான், இந்துமதி மூலம் விகடனில் பேசுவது என்று இறங்கினோம். தீபத்தில் கவிதைகள் எழுத ஆரம்பித்த இந்துமதி, அப்போது விகடனில் தொடர்கதை எழுதிக் கொண்டிருந்தார். எனவே, எனக்கு மணியனை சந்தித்து என் வேண்டுகோளை வைப்பது பெரிய விஷயமாக இல்லை. அவர், நாங்கள் இப்போதும் இலக்கியத் தரமான கதைகள்தானே போட்டுக் கொண்டிருக்கிறோம்! என்று பதில் சொல்லி அனுப்பிவிட்டார். தினமணிக் கதிரில் சாவி சார் உற்சாமடைந்து மிகுந்த வரவேற்பை அளித்தார். ஆனால் குமுதத்தில் அவ்வளவு எளிதாக இல்லை. 'அது இரும்புக் கோட்டை' என்றார், பாலகுமாரன். ஆனால் அதில் பின்னர் அவரது கதைகளும் ராஜுவின் கதைகளும் வந்தன. எந்தவிதத்திலும் தரம் குறையாத பாலாவின் 'சின்னச் சின்ன வட்டங்கள்' குமுதத்தில்தான் வந்தது.

ஆனால் சாவி, எங்கள் அனைவருக்குமே முக்கியத் திருப்பத்தை அளித்தவர். பிறகு அவர் தினமணிக் கதிரிலிருந்து வெளியேறி குங்குமத்தை ஆரம்பித்து, பின் அதிலிருந்தும் விலகி சொந்தமாக சாவி இதழைத் தொடங்கும் முனைப்பில் இருந்தார். நான் அப்போது தஞ்சாவூரில் பணிபுரிந்து கொண்டிருந்தேன். அவர் குங்குமத்தைவிட்டு வெளியேறுவதற்கு முந்தைய கடைசி இதழை பாலகுமாரனும் ராஜுவும் தயாரித்தார்கள். அது ஒரு பெரிய வித்தியாசமான இதழ். அவர் சொந்தமாக சாவி இதழை ஆரம்பித்தபோது இவர்களை அழைத்துப் பங்களிக்குமாறு கேட்டுக்கொண்டார். ஆனால் அப்போது பாலகுமாரன் டாஃபேயில் வேலை செய்துகொண்டிருந்தார். ராஜு டி.டி.கேயில் வேலை செய்துகொண்டிருந்தார். இரண்டையும் விட்டுவிட்டு வேறெங்கும் சேரும் சூழல் அப்போது அவர்களுக்கு இல்லை. நானும் வேலையிலிருந்தேன்.

சாவி முதல் இதழ் வரும்போது சென்னைக்கு இடம்பெயர்ந் திருந்தேன். அந்த இதழ் கல்கண்டு பத்திரிகைபோல மெலிந்து, நிறையத் துணுக்குகளுடன் வந்திருந்தது. சாவி போன்ற எழுத் தாளரிடம் மக்கள் கதையை எதிர்பார்ப்பார்கள். அவரிடமிருந்து இதுபோன்ற இதழ் என்றால், அது விற்காது என்று ராஜுவும் பாலாவும் அவரிடம் சொல்லிக் கொண்டிருந்தார்கள். சாவி கதைகள் போட ஆரம்பித்தபோது, ராஜு ஒருநாள் என்னை வழியில் பார்த்து, ஒரு கதை கொடு! என்று கேட்டான்.

மாலன் - ஜெயகாந்தன்

கொடுத்தேன். ஒருசில வாரங்கள் ஆகின. பதிலே இல்லை. அப்போது ராஜு டிடிகே அலுவலக கணக்குப் பிரிவில் இருந்தான். எனக்கு போனில் சாவி உன்னைப் பார்க்க விரும்புகிறார். அவரைப் போய்ப் பார் என சுருக்கமாகக் கூறினான்.

அப்போது நாங்கள் சிறு பத்திரிகையிலிருந்து வந்தவர்கள் என்பதால், எங்கள் கதைகளில் யாரும் கைவைக்க நாங்கள் அனுமதிக்கமாட்டோம். குமுதம் இதழில் கதைகளைத் திருத்தவோ சுருக்கவோ ஆசிரியருக்கு அனுமதி உண்டு என்று போடுவார்கள். அதை நான் ஏற்கவில்லை. அதனாலேயே அப்போது அதில் எழுதாமல் இருந்தேன். ஒருமுறை ஆனந்த விகடனில் என் கதை பிரசுரத்துக்குத் தேர்வாகி இருப்பதாக அவர்களிடமிருந்து கடிதம் வந்தபோது, நான் மணியனைச் சென்று பார்த்தேன். கதையை நீங்கள் வெளியிடுவதில் எனக்கு மிகுந்த மகிழ்ச்சி. ஆனால், கதை அச்சுக்குப் போவதற்கு முன்பாக அதன் ப்ரூஃபை நான் பார்க்கவேண்டும் என்று சொன்னேன். அவரோ, ஆனந்த விகடன் வரலாற்றிலேயே ஒரே ஒருவருக்கு மட்டும்தான் ப்ரூஃப் கொடுத்துள்ளோம். அதில் ஏற்பட்ட அனுபவத்துக்குப் பிறகு யாருக்கும் அதைக் கொடுப்பதில்லை என முடிவு செய்துவிட்டோம் என்றார். அது யாரென்றால், ஜெயகாந்தன்.

அவர் ப்ரூஃபிலேயே கூடுதலாக எழுதிச் சேர்த்துவிடுவார். அதை மீண்டும் அச்சுக்கோர்த்து ப்ரூஃப் பார்க்க வேண்டும். பத்திரிகை வேலையில் அது சாத்தியமில்லை என்றார், மணியன்.

நான் சொன்னேன்: “அப்படியென்றால் நீங்கள் என் கதையைப் போட வேண்டாம்” நான் அவர் அறையிலிருந்து வெளியேற எழுந்து கதவை நோக்கி நடந்தேன். தன் மேசையிலிருந்து எழுந்து. பின்னாலேயே மணியனும் வந்தார். என் தோளைத் தட்டி, “ஸார், எங்களுக்கும் க்ளாஸ் ரைட்டர்னா யாரு.. மாஸ் ரைட்டருன்னா யாருன்னு தெரியும்.. நீங்க கவலைப்படாம போங்க,” என்றார். விகடனில் அந்தக் கதை மாற்றமில்லாமல் வந்தது. அதன் பின்னர் அதில் நிறைய கதைகள் எழுதினேன்.

சாவியைப் பார்த்தபோது என்ன நடந்தது?

சாவி சார் பார்க்கவேண்டும் என்றதும், நம் கதையில் ஏதோ கைவைக்கப் போகிறார்கள் என்றுதான் தோன்றியது. 'மா' என்ற கதையைத்தான் நான் கொடுத்திருந்தேன். கொஞ்சம் கவித்துவமான மொழிநடைகொண்ட வித்தியாசமான கதை. நீ போகும்போது நானும் வருகிறேன் என்று ராஜு சொல்லியிருந்தார். ஆனால், அவர் வரவில்லை. எங்களுக்குள் ஒரு அண்டர்ஸ்டேண்டிங் உண்டு. சொன்ன நேரத்துக்கு வரமுடியவில்லை என்றால், வேலையில் ஏதோ நெருக்கடி என்று புரிந்துகொள்ளவேண்டும் என்பது அது. நான் சாவி அலுவலகத்தில் காத்திருந்து பார்த்துவிட்டு ராஜு வரவில்லை என்றதும் கிளம்பிவிடலாம் என எழுந்தபோது, சாவி சார், வெளியே வந்தார். அவரது தடித்த மூக்குக் கண்ணாடி வழி என்னைப் பார்த்தவர், "மாலனா?" என்றார். "ஆமாம்" என்றேன். "உள்ளே வாங்க.. நீங்க வருவீங்க என்று ராஜு சொல்லியிருந்தார். உங்களுக்காகக் காத்திருந்தேன்," என்று அறைக்குள் கூட்டிக்கொண்டு போனார்.

"இந்தப் பத்திரிகையை நன்றாகச் செய்யவேண்டும் என்று நினைக்கிறேன். ராஜு உங்களைப் பற்றி நிறைய சொல்லி இருக்கிறார்.. நீங்கள் பங்களிக்கவேண்டும்" என்று பேசிக்கொண்டே போனார்.

"என்னிடமும் சொன்னார். நான் கூட ஒரு கதை கொடுத்திருக் கிறேன்.."

"கதையா..? வீட்டுக்கு ரெண்டுபேர் கதை எழுதும் காலம் இது. நீங்கள் வேற எதாவது புதுசா செய்யுங்களேன்"

"என்ன செய்யலாம்?"

"நீங்களே யோசித்துச் சொல்லுங்களேன்" என்றார்.

யோசித்துக்கொண்டே திரும்பினேன். கட்டுரை, பத்தி, கேள்வி-பதில், பேட்டி என்ற வழக்கமான வடிவங்களில் இல்லாமல் புதிய வடிவத்தில் ஏதாவது செய்யவேண்டும் என்று நினைத்தேன். அப்போது பதினாறு வயதினிலே படம் வெளியாகி அதற்குப் பாராட்டு விழா நடந்திருந்தது. அந்த விழாவில் பேசிய இயக்குநர் பாலசந்தர், அப்படத்தின் இயக்குநரான பாரதிராஜாவின் காலில் விழத் தயார் என்று பேசியிருந்தது செய்தியாக வெளிவந்திருந்தது. எனக்கு இதைப் பார்த்ததும் பாலசந்தர் மீது கடுங்கோபம் ஏற்பட்டது. இவரைக் கொண்டு அல்லவா எங்கள் இதழை வெளியிட்டிருந்தோம். அதனால் ஏற்பட்ட கோபம்! எனவே அவருக்கு பகிரங்கக் கடிதம் ஒன்று எழுதி, சாவியில் கொடுத்தேன். அது வெளியானது.

ஆனால் அதில் ஒரு பிரச்னை. அது, மாலன் என்று என் பெயரில் வெளியாகாமல் தமிழன் என்ற பெயரில் வெளியாகியிருந்தது. நேரே சாவி அலுவலகத்திற்குப் போனேன். சாவியைப் பார்த்து "என்ன சார் இது அயோக்கியத்தனம். என்னை எழுதச் சொல்லிவிட்டு என் பெயரைப் போடாமல் வேறு யார் பெயரையோ தமிழன் என்று போட்டிருக்கிறீர்கள்? என்று கொஞ்சம் சீற்றத்துடன் தடித்த வார்த்தைகளில் பேசிவிட்டேன். சாவி கோபப்படவில்லை!

"உங்க பெயர்தான் சார் அது!" என்றார், சாவி.

"அது எப்படி? தமிழன் என்று போட்டுவிட்டு என் பெயர் என்றால் எப்படி? யார் நம்புவார்கள்?"

"இனிமேல் உங்கள் இன்னொரு பெயர், தமிழன். நீங்கள் எழுதி இருப்பது உங்கள் பெயரில் வராமல் இருப்பது உங்களுக்கும் நல்லது; பத்திரிகைக்கும் நல்லது!" என்று புன்னகைத்தார் சாவி. இருப்பினும் எனக்குக் கோபம் குறைய சற்றுநேரம் ஆனது.

அப்புறம் அந்தப் பெயரிலேயே நிறைய எழுதினேன். சாவி அலுவலகம் ஒரு சின்ன அலுவலகம். அப்போது நான் அங்கு முழுநேர ஊழியன் இல்லை. எனக்கென்று ஒரு தனி மேசை இல்லை. அங்கு போகும்போது சாவியின் மேசையில் அவருக்கு எதிர்ப்புறமாக அமர்ந்து எழுதிக்கொண்டிருப்பேன். அவர் அவரது

வேலைகளைப் பார்த்துக் கொண்டிருப்பார். ஒருநாள் ஒரு போன் வந்தது. சாவி பேசிவிட்டு, என்னிடம் நீங்கள் பேசுங்கள் எனக் கொடுத்தார். எதிர்முனையில் இருந்தவர், மபொசி. "தமிழன் என்ற பெயரில் ஒண்ணு வருதே, யார் எழுதறது?'' என்று கேட்டிருக்கிறார். ஏதோ சர்ச்சை என்று எண்ணிய சாவி, என் பக்கம் போனைக் கொடுத்துவிட்டார். மபொசி என்னிடம், "தம்பி, நீங்கதான் தமிழன்னு எழுதறதா? நான்கூட செங்கோல் பத்திரிகையில் தமிழன் என்ற பெயரில் எழுதியிருக்கிறேன்" என்றார்.

"சாரி.. அந்தப் பெயரில் நீங்கள் எழுதுவது தெரியாது. நான் வேண்டுமானால் மாற்றிக் கொள்கிறேன்" என்றேன்.

"வேண்டாம் வேண்டாம். நீங்களும் தமிழன்தானே. அப்படியே இருக்கட்டும். நீங்கள் எழுதுவதைப் படித்துவிட்டு யாரும் அது மபொசி எழுதியது என்று நினைக்கப் போவதில்லை" என்றார்.

ஒருநாள் சாவி அழைத்து. குமுதத்தில் அரசு பதில்கள் வருகிறதே. அதுபோல் நாமும் பண்ணினால் என்ன? என்றார். அவருக்கு குமுதம்தான் ரோல்மாடல். எஸ்.ஏ.பி. மீது பெரும் மரியாதை. ''நாமும் கேள்வி பதில் வெளியிடுகிறோமே.. நீங்கள்தான் எழுதுகிறீர்களே," என்றேன்.

இனிமேல் நீங்கள் பதில்கள் எழுதுங்களேன் என்றார். அவரிடம் எதையும் மறுத்துப் பேசலாம். "ஏற்கெனவே நான் நிறைய எழுதிக் கொண்டிருக்கிறேன். இதையும் எழுதுவது சிரமம்," என்றேன்.

அவரும் சளைக்காமல் "சரி. அடுத்த வாரம் முடியாது என்றால் அதற்கடுத்த வாரம் ஆரம்பிக்கலாம்!" என்றார். நான் ஏதும் பேசாமல் திரும்பிவிட்டேன். அந்த வாரம் இதழைப் பார்த்தால் "விரைவில்... தமிழன் பதில்கள்" என்று அறிவிப்பு வெளியாகியிருந்தது.

52 வாரங்கள் சாவி இதழ் வெளிவந்தபின், ஆசிரியர் சாவி ஐரோப்பாவுக்கு சில வாரங்கள் பயணமாகக் கிளம்பினார். வெள்ளிக்கிழமைதோறும் அலுவலகத்தில் பூஜை நடக்கும். பூஜை என்றால் தேங்காய் உடைத்துக் கற்பூரம்காட்டுவது, அவ்வளவுதான். அதன்பின், ஒரு அரைமூடியை பழத்துடன் ஆசிரி

"நீங்கள்தான் ஆசிரியர்"

யரிடம் தருவார்கள். மீதி பழங்களும் தேங்காயும் துண்டுபோட்டு மற்றவர்களுக்கு அளிக்கப்படும்.

சாவி கிளம்புவதற்கு முந்தைய வெள்ளிக்கிழமை பூஜை முடிந்ததும் அவரிடம் தேங்காயைக் கொடுத்தார்கள். அவர், இவரிடம் கொடுங்கள் என்று என்னைச் சுட்டிக்காட்டினார். இனி இவர்தான் எடிட்டர் என்றார். ஏதோ கிண்டல் செய்கிறார் என்று நினைத்துக் கொண்டேன். பிறகு அவரது அறைக்குப் போனபோது, அவர், நான் பயணம் மேற்கொள்கிறேன். நான் இல்லாதபோது பத்திரிகையை நீங்கள்தான் பார்த்துக் கொள்ளவேண்டும் என்றார்.

எனக்குத் திகைப்பு. அது அவரது சொந்தப் பத்திரிகை. நான் எந்தப் பத்திரிகையிலும் முழுநேரம் வேலைசெய்து அனுபவம் இல்லாதவன். இதுவோ பெரும் பொறுப்பு. இது சிறு பத்திரிகை சமாச்சாரம் அல்ல. விற்பனை வீழ்ந்தால் மீண்டும் எழுப்பி நிறுத்துவது எளிதல்ல.

மிகுந்த தயக்கத்துடன்தான் நான் அந்தப் பொறுப்பை ஏற்றேன்.

சாவி ஊரில் இல்லாத சமயத்தில் என் துடுக்குத் தனத்தினால் சில கலாட்டாக்களும் நடந்துவிட்டன.

தமிழன் பதில்களில் ஒருகேள்வி, வைரமுத்து, மேத்தா ஒப்பிடுக என்று வந்தது. வைரமுத்து எழுத ஆரம்பித்து ஒரு தொகுப்பு வந்திருந்தது. நான் "அதிகம் படித்ததில்லை. படித்தவரை, பாதிமேத்தா" என்று எழுதினேன். வைரமுத்துவுக்குக் கோபம். எங்களைக் கிள்ளி ரத்தத்தால் பொட்டு வைத்துக்கொள்ளத்தான் தமிழன் நகங்கள் வளர்க்கிறாரோ என்று அவருடைய நடையில் கடிதம் எழுதினார்.

தமிழன் பதில்கள் சுருக்கமாக இருக்கிறதே, விரிவாகச் சொல்லக் கூடாதா என்று இன்னொரு கேள்வி. அதற்கு உபன்யாசங்களுக்கு மணிவண்ணனை அணுகவும் என்று எழுதியிருந்தேன். அப்போது நா.பார்த்தசாரதி தினமணிக்கதிரில் மணிவண்ணன் பதில்கள் என்று எழுதிவந்தார். அவர் பதில்கள் நீளமாக இருக்கும். அவர், தன்னைக் குறிவைத்துத் தாக்குவதாக நினைத்து உபந்நியாசம் என்றால் என்ன அர்த்தம் தெரியுமா? என நீண்ட கடிதம் அனுப்பிவிட்டார்.

சாவியில் இயக்குநர் மகேந்திரன் மெட்டி என்ற தொடரை அப்போது எழுதி வந்தார். அது வந்து சேர வாரா வாரம் மிகத் தாமதம் ஆகும். ஒருமுறை அது வர மிகத் தாமதம் ஆனது. நான் அந்த வாரத்துடன் முற்றும் என்று போட்டுவிட்டேன்.

சாவி பயணம் முடிந்து வந்தபோது அவரது மேஜையில் ஏகப்பட்ட புகார்கள் காத்திருந்தன. அவர் கோபப்படுவாரோ என்று நினைத்தேன். ஆனால் அவர் ஒன்றும் சொல்லவில்லை. நீங்கள் செய்தது சரிதான் என்றவர் ஒருபடி மேலே போய் நா.பா பற்றி எழுதிய பதிலை சிலாகிக்கவும் செய்தார்.

ஆசிரியர்குழு கூட்டங்களில் ஒவ்வொருமுறையும் நம் தமிழ்ப் பத்திரிகைகளில் இளைஞர்களுக்கு முக்கியத்துவம் அளிப்பதில்லை என்று சொல்லிக்கொண்டே இருப்பேன். ஒருநாள் திடீரென அவர் என்னிடம் நாம் டெல்லிக்குப் போகிறோம் என்றார். ஏன் எதற்கு என்றெல்லாம் சொல்லவில்லை. அரசியல் கட்டுரைகள் எழுதிக் கொண்டிருந்ததால் அது சம்பந்தமாக எதாவது பேட்டிகள் இருக்கும் என நான் நினைத்துக் கொண்டிருந்தேன். நாங்கள் தமிழ்நாடு எக்ஸ்பிரஸில் கிளம்பினோம். முன் திட்டமிடல் இல்லாததால் படுக்கைவசதி டிக்கெட் கிடைக்கவில்லை. ரயிலேயே இருக்கும் சமையலறைப் பணியாளர்களுக்கான பாண்ட்ரிகாரில்

அவர்களுக்கான பர்த்களில் முறைவைத்துக்கொண்டு மாறிமாறி உறங்கிப் பயணம் செய்தோம்.

தில்லி போனபிறகுதான் சொன்னார்: ''நீங்கள் அடிக்கடி சொல்வீர்களே, பத்திரிகைகளில் இளைஞர்களுக்கு இடமில்லை என்று, அதனால் நாம் இளைஞர்களுக்காகவே ஒரு பத்திரிகை ஆரம்பிக்கப் போகிறோம். நீங்கள்தான் ஆசிரியர். அதற்காகத்தான் டெல்லி பயணம்'' எனக்கு வியப்பாக இருந்தது, திகைப்பாக இல்லை. அவரில்லாதபோது நான் சாவி பத்திரிகையை நடத்திய விதம் அவருக்கு நம்பிக்கை தந்திருக்கவேண்டும் என்று நினைத்துக் கொண்டேன்.

பத்திரிகை பதிவாளர் அலுவலகம். போனபிறகுதான் பத்திரிகைக்கு என்ன பெயர் வைக்கலாம் என யோசித்தோம். "சிறகுகள்" என்று முன்மொழிந்தேன். "வேண்டாம் சார், நம்மைப் பிடிக்காதவர்கள் அதை சிரங்குகள் என்று சொல்வார்கள்!" என்றார். அப்போது நந்தலாலா என்று ஒரு தொடர்கதை எழுதிக் கொண்டிருந்தேன். அதில் வரும் பத்திரிகையின் பெயர் "திசைகள்". அந்தப் பெயரைக் கூறியதும் அவர் ஏற்றுக்கொண்டார். அந்தப் பெயரும் கிடைத்தது.

அவர் அதற்கு விளம்பரம் செய்யும்போது மிகவும் பெருந் தன்மையாக ஆசிரியர் மாலன் வழங்கும் திசைகள் என்று தான் போட்டார். சாவி என்றெல்லாம் போட்டுக் கொள்ளவில்லை.

அதுவரை இல்லாத முற்றிலும் புதிய வார்ப்பில் திசைகளைக் கொண்டுவர முடிந்தது. அட்டையிலிருந்தே புதுமைகளைப் புகுத்த ஆரம்பித்தோம். ஒரு பெரிய வண்ணப் புகைப்படத்தில் ஓவியத்தைப் பொருத்தி அட்டை உருவானது. இன்று போட்டோ ஷாப்பில் அதைச் செய்வது சுலபம். ஆனால் அன்று கையால்தான் செய்தாக வேண்டும். படங்களின் ரெசொலுஷன் உட்பட பல தொழில் நுட்பச் சிக்கல்கள் உண்டு. பென்சில், பேனா, பிரஷ் போன்று எந்த எழுது பொருளையும் பயன்படுத்தாமல் காகிதத் துண்டுகளை ஒட்டி உருவாக்கும் 'கொலாஜ்'ஜை அட்டையில் வெளியிட்டோம். உள்ளே வெளியிட்ட ஓவியங்களில் ஏராளமான வித்தியாசமான முயற்சிகள் செய்தோம். லினோ கட் போன்ற ஓவியங்கள் (ஆனால் லினோ கட் அல்ல) வெளியிட்டோம். ஸ்டாம்ப்களைப் பயன்படுத்தி ஸ்டாம்ப் ட்டூன் என்ற பெயரில் கார்ட்டூன்கள் வெளியிட்டோம். மருதுவும் அரஸ்ஸும் அதில்

எப்போதும் விவாதம்

அறிமுகமான ஓவியர்கள்தான். மருதுவின் ஓவியங்களில் முகத்தில் கண்ணோ பாவமோ இல்லாமல், அதனை வாசகர்கள் தங்கள் கற்பனையில் நிரப்பிக் கொள்ளும் வகையில் நவீனமாக இருக்கும்.

அரஸ், மருது மட்டுமல்ல எழுதுபவர்களுக்குக் கூட 30 வயதுக் குள்தான் இருக்க வேண்டும் என்ற நிபந்தனை விதித்தோம். எழுதுபவர்கள் மட்டுமல்ல, போட்டோ எடுப்பவர்கள் கூட 30 வயதுக்குள்தான். "போட்டோ எடுக்கவுமா வயதுக் கட்டுப்பாடு?" என்று கேட்டார், சாவி.

மைய நீரோட்டப் பேரிதழ்கள் மூன்று அல்லது நான்கு தொடர்கதைகள் வெளியிட்ட நேரத்தில் ஒரே ஒரு தொடர்கதை போட்டோம். அதிலும் ஒரு போட்டி. எழுதியவர் பெயர் இராது. வாசகர்களைக் குழப்புவது போல வாரம் ஒரு பெயர் இடம் பெறும். யார் எழுதுகிறார்கள் என்று வாசகர்கள் கண்டுபிடிக்க வேண்டும். கேள்வி பதில் பகுதியில் ஒரு கேள்விக்கு இருவர் பதில் சொல்வார்கள். பின்னாளில் பி.எஸ்.என்.எல்.லில் பணிபுரிந்து ஒய்வு பெற்றவரானா மார்ஷல் என்பவரும் ஜெயந்திஸ்ரீ பால கிருஷ்ணன் என இன்று புகழ்பெற்றிருக்கும் ஜெயந்திஸ்ரீ பாரதியும் அவன் அவள் என பதில்களை எழுதினர். ஒரே கேள்விக்கு ஒரு ஆண் பார்வையிலும் பெண் பார்வையிலும் பதில்கள் வரும். அவர்களின் ஸ்மார்ட்நெஸ்ஸைக் காட்டும் பதில்களுமிருக்கும். உதாரணத்துக்கு திசைகளுக்கு நாங்கள் என்ன செய்யவேண்டும்

என்பது கேள்வி. இதற்கு மார்ஷலின் பதில்: சந்தா, ஜெயந்திஸ்ரீயின் பதில்: ஆயுள் சந்தா.

சினிமாப் பகுதி கூட வித்தியாசமானது. உலக சினிமாக்களை அறிமுகப்படுத்தி யூகிசேதுவும், உள்ளூர் சினிமா குறித்து 'சினிமா அல்ல, வாழ்க்கை!' என்ற பெயரில் சுதாங்கனும் தொடர்கள் எழுதினார்கள்.

ஒரு கட்டத்தில் பாலகுமாரன் சாவி இதழுக்காக பாலசந்தரை நேர்காணல் செய்தார். அது சாவியின் அனுமதியுடன் செய்யப்பட்டது. பாலாவுக்கு சினிமாவுக்குச் சென்றுவிட விருப்பம் தோன்றியிருந்த காலம். பாலசந்தருடன் ஒரு நாள் முழுக்க இருந்து நேர்காணல் செய்துவிட்டார். ஆனால் அதை உடனடியாக எழுதமுடியவில்லை. ஏனெனில் அப்போது அவரது குழந்தைக்கு ஜுரம். அதனால் உட்கார்ந்து எழுதமுடியவில்லை. அச்சமயம் அவரது கதை ஒன்று இதயம் பேசுகிறது இதழில் வந்துவிட்டது. அப்போது சாவிக்கும் இதயம் பேசுகிறது இதழுக்கும் இடையே கடும் மோதல். சாவி சாருக்கும் மணியனுக்கும் இடையில் ஒத்துப்போகாது. இடையில் ஒரு பச்சைப் புல்லைப் போட்டால்கூட பற்றிக்கொண்டு எரியும்!

வித்தியாசங்களின் விளைநிலன்

நமக்கு நேர்காணலை எழுதித் தர நேரம் இல்லை. ஆனால் இதயம் பேசுகிறதுக்கு சிறுகதை எழுத பாலாவுக்கு நேரம் இருக்கிறது என்று சாவி தவறாக நினைத்துக் கொண்டு விட்டார். ஓரிரு நாட்கள் கழித்து பாலா கொடுத்த பாலசந்தர் நேர்காணலை சாவி வாங்கி படித்துக் கூடப் பார்க்கவில்லை! அப்படியே குப்பைத் தொட்டியில் போட்டுவிட்டார்.

பாலா மிகவும் வேதனைப்பட்டார். சாவி அலுவலகத்திற்குள் தான் திசைகள் அலுவலகமும் இருந்தது. என்னிடம் வந்தவர், தன் வேதனையைக் குமுறலோடு பகிர்ந்து

கொண்டார். அழுகை முட்டிக் கொண்டு வந்தது. நான் இனி எப்படி பாலசந்தரைப் பார்ப்பேன் என்று பொருமினார். நான் சரி விடு, நம்ம பத்திரிகையில் போடலாம் என்றேன். அது மாதிரியே மூன்று வாரங்கள் தொடர்ந்து வெளியிட்டேன். அது சாவி சாருக்குப் பிடிக்கவில்லை. நாம் வேண்டாம் என்று நிறுத்தியது நம் நிறுவனப் பத்திரிகையிலேயே வெளிவருகிறதே என்று நினைத்தார்.

பிரஷை, பென்சிலைத் தொடாமல் ஓவியம்

இன்னொரு விதத்தில் எனக்கும் சாவி சாருக்குமிடையே விரிசல் விழுந்தது. அப்போது பிரபலங்களைக் கொண்டு ஒரு இதழ் தயாரிக்கும் பாணி பின்பற்றப் பட்டு வந்தது. சாவி சார், சுஜாதாவை இதழ் தயாரிக்க அழைத்தார். சுஜாதா பெங்களூருவில் இருந்தார். அவர் வேலை செய்த பாரத் எலெக்ட்ரானிக்ஸில் வேலை நிறுத்தம் நடந்து கொண்டிருந்தது. தொழிற்சங்கத்துடன் பேச்சு வார்த்தைகள் நடந்து கொண்டிருந்த நேரம். ஆலோசனைக்கு நீங்கள் தேவைப் படலாம், அதனால் உயர் நிலையில் உள்ள அதிகாரிகள் யாரும் ஊரை விட்டுப் போகக்கூடாது என்று நிர்வாகம் சொல்லியிருந்தது. சுஜாதா முக்கியமான மேலாளர் பதவியில் இருந்தார். அதனால் அவரால் லீவ் போட்டுவிட்டு சென்னைக்கு வந்து இதழ் தயாரிக்க முடியவில்லை. ஆனால் அந்த இதழை சுஜாதா தயாரிப்பதாக அறிவிப்பு போட்டாகி விட்டது. எனவே இரவில் சுஜாதா விமானம் பிடித்து சென்னைக்கு வந்தார். அவரை நான் விமான நிலையத்தில் இருந்து சாவி அலுவலகத்துக்கு நேராக அழைத்துச் சென்றேன். போகிற வழியிலேயே அவரது திட்டத்தைப் பகிர்ந்து கொண்டார். முன்கூட்டியே ராஜு, பாலா எல்லோரையும் வரச் சொல்லி இருந்தார். யாரார் என்னென்ன செய்யவேண்டும் என்று இறங்கிய சில நிமிடங்களில் வேலைகளைப் பிரித்துக் கொடுத்தார். ஒருபுறம் எழுதிக் கொண்டே மற்றவர்கள் எழுதியதை சரி பார்த்தார். அன்று இரவு இரண்டு மணி வரை வேலை பார்த்துவிட்டு, அங்கேயே தூங்கிவிட்டு விடிகாலையில் பெங்களூரு போய்விட்டார். அவர் திட்டமிட்டபடி அந்த இதழ் வெளியானது.

அப்போதெல்லாம் பாராட்டுகளை விட விமர்சனம் செய்து வரும் கடிதங்களைப் பிரசுரிப்பது குமுதத்தின் வழக்கம். அதை சாவியும் பின்பற்றி வந்தார். அதனால் வாசகர்களும் விமர்சிக்கும் கடிதங்களையே அதிகம் அனுப்பி வந்தார்கள்.

அதனால்தானோ அல்லது உண்மையிலேயே அவர் பார்வையில் அப்படித்தான் இருந்ததோ, இதழைப் படித்த ஒரு வாசகர், ஏமாற்றமாக இருக்கிறது. இதைச் செய்ய சுஜாதா என்ற கம்ப்யூட்டர் எதற்கு? ஒரு டைப் ரைட்டர் போதுமே என்று கடிதம் எழுதியிருந்தார். சாவி அந்தக் கடிதத்தை வெளியிட்டுவிட்டார்.

சுஜாதாவுக்கு அதில் பெரும் வருத்தம். என் வேலைக்கே ஆபத்து நேரக் கூடும் என்ற நிலையிலும் நான் வந்து இரவெல்லாம் பணி புரிந்திருக்கிறேன். இப்படிச் செய்யலாமா என்று குமுறினார். ஆனால் சாவி சார், அப்படியெல்லாம் ஒன்றும் இல்லை. ஒரு வாசகர் சும்மா எழுதிவிட்டார். நாங்களும் ஒரு விமர்சனமாக இருக்கட்டுமே என்று வெளியிட்டுவிட்டோம் என்று கூறிவிட்டார். ஆனால் சுஜாதா மனம் ஆறவில்லை. நான் இனிமேல் சாவியில் எழுதப் போவதில்லை என்று சொல்லிவிட்டார். சாவி சாரும் நீங்கள் எதில் எழுதினாலும் நான் உங்கள் வாசகனாக அதை முதலில் படிப்பேன் என்று சொல்லி விட்டார். இருவருக்கும் இடையில் ஒரு முறுக்கலான மனநிலை.

திசைகள் ஆரம்பித்தபோது வழக்கமான சிறுகதைகளுக்கு பதிலாக அறிவியல் புனைகதைகள் வெளியிடலாம் என்று முடிவு செய்திருந்தேன். இளைஞர்களை அறிவியல் புனைகதைகள் எழுதத் தூண்ட வேண்டும் என்பதும் நோக்கம். அதனால் அவற்றை ஆறு விதமாக வகைப்படுத்தி வகைக்கு ஒன்றாய் சுஜாதா கதைகள் எழுத வேண்டும் என அவரைக் கேட்டுக் கொண்டிருந்தேன். இதற்காக நான் பெங்களூர் சென்று ஒரு நாள் முழுதும் இருந்து, அவருடன் நீண்ட நேரம் விவாதித்துத் திட்டமிட்டிருந்தேன். அவர் அக்கதைகளை எழுதி அனுப்ப, அவற்றை திசைகளில் வெளியிட்டுக் கொண்டிருந்தேன்.

சுஜாதா, சாவிக்கு எழுதுவதைத் தவிர்த்துவிட்டு, பின் திசை களுக்கு எழுதியது சாவி சாருக்கு வருத்தத்தை ஏற்படுத்தியிருக்க வேண்டும்..

சாவி சார் என்னிடம், "நான் வேண்டாம் என்று ஒதுக்கும் விஷயங்களை நம் அலுவலகத்தில் இருந்து வரும் பத்திரிகை யிலேயே நீங்கள் வம்படியாக வெளியிடுகிறீர்களே? உள்ளே இருந்து கொண்டே ஏதாவது புரட்சி செய்ய நினைக்கிறீர்கள் போலிருக்கிறதே?" என்றார். நான் "புரட்சியெல்லாம் செய்யும் எண்ணம் இல்லை. திசைகள் ஆரம்பிக்கும் போது அதை நீங்கள் விரும்புவது போல நடத்துங்கள் என்று என்னிடம் சொன்னீர்கள். நான் என் அறிவுக்கு எட்டிய வரையில் அதை நடத்திக் கொண்டிருக்கிறேன்." என்றேன். "உங்கள் அறிவுக்கு என்ன? நீங்கள் அறிவு ஜீவி" என்றார். கிண்டலாகச் சொன்னாரோ என்ற சந்தேகம் எனக்கு இன்றுவரை இருக்கிறது. அவர் ஊரில் இல்லாதபோது நான் எடுத்த முடிவுகளை ஆதரித்த அவர் இப்போது இப்படி நினைக்கிறாரே என்று எனக்கு வருத்தமாகவும் இருந்தது.

பின்னர் ஒரு நாள் திடீரென "நான் திசைகளை நிறுத்திவிடப் போகிறேன்" என்றார். "என்னைப் பிடிக்கவில்லை என்றால் நான் விலகிக் கொள்கிறேன், வேறு யாரையாவது வைத்து நடத்துங்கள். தமிழ்நாட்டில் இளைஞர்களுக்கு என்று வேறு பத்திரிகை இல்லை" என்றேன்.

ஆனால் அத்துடன் திசைகள் நின்றுவிட்டது. வேறு யாரையும் வைத்து அவர் நடத்த முயற்சிக்கவில்லை.

இந்தக் கசப்பான அனுபவத்துக்குப் பிறகு, பத்திரிகைப் பணியே வேண்டாம் என்று முடிவு செய்தேன்.

> ஆனால்
> பத்திரிகைத் துறை
> உங்களை விடுவதாக
> இல்லை
> போலிருக்கிறதே...

ஆம்.. Call of destiny என்பார்களே அது என்னை இதழியல் துறை நோக்கி உந்திக் கொண்டே இருந்தது. ஆனால் அதைப் புரிந்து கொள்ள எனக்கு வெகுகாலம் ஆயிற்று. திசைகள் நின்று போயிருந்த சமயம். அந்தாண்டின் புத்தகக் கண்காட்சியில் குமுதம் ஆசிரியர் எஸ்.ஏ.பி.யைச் சந்தித்தேன். பல குமுதம் வாசகர்களைப் போலவே. நானும் அதற்கு முன் அவரைப் பார்த்ததில்லை. வானதி பதிப்பகம் ஸ்டாலில் அவர் ஏதோ புத்தகத்தைப் புரட்டிக் கொண்டிருந்தார். நானும் அவர் பக்கத்தில், அவர் யாரென்று தெரியாமல் எதையோ தேடிக் கொண்டிருந்தேன். எஸ்.ஏ.பி. பொது இடங்களில் தன்னை வெளிப்படுத்திக் கொள்வதில்லை. என்னருகில் இருந்த வானதி திருநாவுக்கரசு கண்ணால் அவரைக் காண்பித்து, மெல்லிய குரலில் எஸ்.ஏ.பி. என்றார். அது அவர் காதிலும் விழுந்து விட்டது. அவர் புத்தகத்திலிருந்து கண்ணை உயர்த்தி என்னைப் பார்த்தார். யார் என்பது போல் திருநாவுக்கரசைப் பார்த்தார். திருநாவுக்கரசு என்னை அறிமுகப்படுத்தி வைத்தார். என் பெயரைச் சொன்னதும் அவர் முகம் மலர்ந்தது. முதல் வார்த்தையே 'திசைகள் நன்றாக இருந்தது' என்றார். எனக்கு என்ன சொல்வது என்று தெரியவில்லை. வெறுமனே நன்றி என்று மட்டும் சொன்னேன்.

சில ஆண்டுகளுக்குப் பின் குமுதத்தில் புதுரத்தம் பாய்ச்ச வேண்டும் என்று அவர் கருதியபோது என்னையும் பிரபஞ்சனையும் ஆசிரியர் குழுவில் சேர அழைத்தார்கள்.

திசைகள் அனுபவத்திற்குப் பின் பத்திரிகை வேலையே வேண்டாம் என நான் முடிவு செய்தபோது, என் குடும்பத்தில், நீ படித்த படிப்புக்கு ஏற்ப ஒரு வேலை செய் என்று சொல்லி, சொந்தமாக மருந்துத் தயாரிப்பு நிறுவனம் ஒன்றை உருவாக்கித் தந்திருந்தார்கள். அப்போது நான் அதை கவனித்துக் கொண்டிருந்தேன். எனவே அதை விட்டுவிட்டு குமுதத்தில் முழுநேரமாக வேலை செய்வது எனக்கு சாத்தியப்படாது என்று கூறினேன். எஸ்.ஏ.பி மிகவும் பெருந்தன்மையாக, "அப்படியானால் வாரம் இரண்டு நாட்கள் வாருங்கள்!" என்றார். வெள்ளியும் திங்களும் நான் போய்க் கொண்டிருந்தேன். ஆரம்பத்திலேயே 'சிறுகதைகள் தேர்வில் என்னை ஈடுபடுத்திக் கொள்ள மாட்டேன்' என்று சொல்லியிருந்தேன். அதையும் ஏற்றுக் கொண்டு, "ஒரு வாரம் பிரபஞ்சனும் இன்னொரு வாரம் நீங்களும் கதை எழுதுங்கள்!" என்றார். எங்கள் தரத்தைக் குறைத்துக் கொள்ளாமல் நாங்கள் கதைகள் எழுதினோம். (எஸ்.ராமகிருஷ்ணன் தொகுத்துள்ள தமிழின் நூறு சிறந்த கதைகள் தொகுப்பில் இடம் பெற்றுள்ள என்னுடைய இறகுகளும் பாறைகளும் குமுதத்தில் வெளியானதுதான்). என்னுடைய சிறுகதைகளில் அவரோ, மற்ற ஆசிரியர் குழுவினரோ கை வைத்ததில்லை. ஒரே ஒரு முறை நெடுஞ்செழியன் என்ற கதாபாத்திரத்தின் பெயரை மாற்ற முடியுமா எனக் கேட்டார். "அந்தப் பெயரில் ஏற்கெனவே பிரபலமான ஒருவர் இருக்கும்போது, வாசகர்கள் கதையைத் தவறாகப் புரிந்து கொள்ளக் கூடும். கதையின் நோக்கம் கெட்டுவிடும்!" என்றார். நான் அதை இளஞ்செழியன் என்று மாற்றினேன். "பெருமாள் போய் பெத்த பெருமாள் ஆகிவிட்டது!" என்று ஜோக் அடித்தார்.

எஸ்.ஏ.பி.யுடன் பழகிய அனுபவம் மிக அருமையானது. அவர் மிகவும் தவறாகப் புரிந்துகொள்ளப்பட்ட ஒரு பத்திரிகை ஆசிரியர். மிக மென்மையான குரலில் பேசுவார். அவர் அதிர்ந்து பேசியோ, குரலை உயர்த்தி இரைந்தோ நான் பார்த்ததில்லை. அவருடைய தனிப்பட்ட குணத்துக்கும் அந்த பத்திரிகையின் குணாம்சங்களுக்கும் சம்பந்தமே இருக்காது.

வெள்ளிக்கிழமை தோறும் குமுதம் அலுவலகத்தில் மாலையில் பூஜை நடக்கும். பூவெல்லாம் போட்டு பண்ணுகிற பூஜை அல்ல தேங்காய் வாழைப்பழ சமாசாரம் கிடையாது. திருக்குறள் படிப்போம். அதில் கடவுள் வாழ்த்து முதல் பத்தும் ஒவ்வொரு

வாரமும் படிப்போம். பிறகு வரிசையாக வாரம் ஒரு குறள் என்று வாசித்து வருவோம். காமத்துப் பால் படிக்கமாட்டோம். ராமகிருஷ்ண பரமஹம்சரின் உரைத் தொகுப்பிலிருந்து படிப்போம். ஒவ்வொருவரும் ஒரு பாரா படிக்கவேண்டும். எஸ்.ஏ.பி, ரா.கி.ரங்கராஜன், ஜாரா சுந்தரேசன், பிரபஞ்சன், லேனா, மற்றும் நான் வரிசையாக அமர்ந்திருப்போம். படித்து முடித்தபின் சிறிது நேரம் தியானம். அவ்வளவுதான் பூஜை முடிந்தது. அதன் பின் எஸ்.ஏ.பி. எழுந்து சென்றுவிடுவார். எதுவும் பேசமாட்டார். ஏனெனில் வெள்ளிக்கிழமை காந்தி சுட்டுக்கொல்லப்பட்ட நாள். அந்த மாலை முழுவதும் மவுனவிரதம் இருப்பார். சாப்பிடமாட்டார். அவருக்கு நேரு மீது மிகுந்த ஈடுபாடு. தன் குழந்தைகளுக்கு ஜவஹர், விஜயலட்சுமி, கிருஷ்ணா என்று நேரு குடும்பப் பெயர்களாகவே வைத்தார்.

நிறைய வாசிப்பார். நம்மிடம் பேசும்போது வாசித்ததைப் பகிர்ந்து கொள்வார். ஆனால் பத்திரிகையில் அதற்கு முக்கியத்துவம் இராது. அவ்வப்போது அதைப் பற்றி அரசு பதில்களில் குறிப்பிடுவார் (அரசு பதில்களை அவர் மட்டுமே எழுதி வந்தார். பலர் நினைப்பது போல அவர், ரங்கராஜன், சுந்தரேசன் இணைந்து அல்ல).

ரீடர்ஸ் டைஜஸ்ட் பத்திரிகையில் புக் ஆப் தி மன்த் என்று ஒரு நூலின் சுருக்கம் வரும். அதுபோல் ஒருமுறை தீபாவளி மலரில் அப்படிப் போடலாம் என்று நினைத்தார். அவர் தேர்ந்தெடுத்த நாவல்கள் எம்வி வெங்கட்ராமின் வேள்வித்தீ, நீலபத்மநாபனின் தலைமுறைகள், அசோகமித்ரனின் 18வது அட்சக்கோடு.

அந்த நாவலைச் சுருக்கவேண்டும். அசோகமித்ரன் என் நாவலை நானே சுருக்கித் தருகிறேன் என்றார். எம்விவி, பத்மநாபனின் நாவல்களை நான் சுருக்கவேண்டும். வேள்வித்தீ புத்தகம் எனக்குக் கிடைக்கவில்லை. எனவே எஸ்.ஏ.பி.யிடம் "இது கிடைக்கவில்லை. வேறு ஏதாவது நூலைப் பண்ணலாமா?" என்றபோது, அவர் தன் நூலகத்துக்கு அழைத்துப்போய் வேள்வித்தீயைக் கொடுத்தார். தனியாக ஒரு சிறிய கட்டடத்தை வாங்கி அதில் நூலகத்தை அமைத்திருந்தார். அதற்கு, புத்தக நண்பர்கள் நூலகம் என்று பெயர். அங்கு ஏராளமான நூல்களை அவர் வைத்திருந்தார். எந்தப் புத்தகத்திலும் தன் பெயரை எழுதி இருக்கமாட்டார். ஓம் என்றுதான் எழுதி இருப்பார். ஏன் என்றால் என்றாவது ஒரு

நாள் இவ்வளவு நூல்களைப் படித்துள்ளோமா என்று அகந்தை வந்துவிடலாம். அப்படி இருக்கக்கூடாது என்பதற்காக ஓம் என்று எழுதி உள்ளேன் என்றார்.

"நாம் ஏன் இப்படிப் பத்திரிகையை நடத்திக் கொண்டிருக் கிறோம்? நீங்கள் படிக்கும் விஷயங்களுக்கு வேறு மாதிரி நடத்தலாமே?" என்றுகூட எஸ்.ஏ.பியைக் கேட்டுள்ளேன். அதற்கு, "நாம் அலுமினியப் பாத்திரம்தான் விற்பனையாகிறது என்றால், அலுமினியப் பாத்திரம் விற்போம். பிளாஸ்டிக் பாத்திரம்தான் விற்கிறது என்றால், அதை விற்போம். கையுள்ள ஜக் விற்பனை அதிகம் என்றால், அதை விற்போம். கையில்லாத போணிதான் அதிக விற்பனை என்றால், அதை விற்க ஆரம்பிப்போம். நமது விருப்பங்களையும் பத்திரிகையையும் குழப்பிக் கொள்ளக் கூடாது. எனக்குப் பிடித்தமானதை நான் படிக்கிறேன். அதுவே வாசகனுக்குப் பிடிக்கும் என்று நாம் நினைக்கக் கூடாது." என்பார் அவர்.

ஆனால் அவற்றை அறிமுகப்படுத்த அவர் தவறியது இல்லை. உதாரணத்துக்கு, அறிஞர் அண்ணா மருத்துவமனையில் இருந்தபோது படித்த புத்தகம், மேரி கொரேலி எழுதிய மாஸ்டர் கிறிஸ்டியன். அதை ராகிரவை வைத்து மொழிபெயர்த்து வெளியிட்டார். பாப்லியோன் பிரபலமான தொடராக வந்தது. எழுத்தாளர்கள் மீது பெரும் மரியாதை வைத்திருந்தார். ஆனால் அதுவும் இதுவும் வேறுவேறு என்று அவர் புரிந்துவைத்திருந்தார்.

ஒரு கட்டத்தில் குமுதத்துக்குப் போய் வந்து கொண்டிருந்ததும் சரிப்பட்டு வரவில்லை. வேண்டாம் சார் என்று சொல்லிவிட்டு விலகினேன்.

பின்னர் பத்திரிகைகள் வேண்டாம் என்று விலகி பல ஆண்டுகள் இருந்தேன். பத்திரிகைகளில் கதைகள் மட்டும் எழுதினேன். வட இந்தியாவில் இருந்து நண்பர்கள் கேட்டால் ஒரு சில உதவிகள் செய்வேன். குறைவாகவே ஆங்கிலத்தில் எழுதினேன். கூடுமானவரை தமிழிலேயே எழுதுவேன்; தமிழிலேயே பேசுவேன் என்பது பாரதியாரின் சங்கல்பம். அவருடைய பாதிப்பால் நானும் அதைப் பின்பற்றி வந்தேன் ஆங்கிலத்தில் எழுதுவதில்லை என்ற முடிவை அமெரிக்காவுக்குப் படிக்கப் போகும்வரை கடைப்பிடித்து வந்தேன்.

இந்தியா டுடே அனுபவங்கள்..?

*1989*ல் இந்தியா டுடே தமிழில் தொடங்க முடிவு செய்தார்கள். டம்மி ஒன்று செய்து, விளம்பர நிறுவனங்கள், குறிப்பிட்ட வாசகர்கள் என்று கொடுத்து கருத்துக் கேட்டார்கள். என்னிடமும் கேட்கப்பட்டது. *89*ல் கலைஞர் ஆட்சிக்கு வருகிறார். வனவாசம் முடிந்தது என்று தலைப்புப் போட்டு அட்டைப்படக் கட்டுரை எழுதி இருந்தார்கள். '*13* ஆண்டுகளுக்குப் பின் கலைஞர் ஆட்சியைப் பிடிக்கிறார். முக்கியமான நிகழ்வு இது. அதனால் இந்த இதழ் பெறும் வரவேற்பை வைத்து நீங்கள் முடிவெடுக்க முடியாது,' என்று நான் கூறினேன். அதை அவர்கள் ஏற்றுக்கொண்டதுபோல் பட்டது. எனவே இன்னொரு டம்மி இதழ் செய்தார்கள். அதில் சல்மான்ருஷ்டி விஷயம் அட்டையில் வந்தது. அதன் மொழிபெயர்ப்பு சரியாக வந்திருக்கவில்லை. ஏனெனில் ருஷ்டி சிக்கலான விஷயம். மொழிபெயர்ப்பு சரி இல்லை என்றேன். பிரபுசாவ்லா, "ஏன் இதை நீயே செய்யக் கூடாது?'' என்றார். நான் செய்து கொடுத்தேன். அதை மார்க்கெட்டில் கொடுத்து ஆராய்ந்தபோது நல்ல எதிர்வினைகள் வந்தன.

எனவே, "நீங்கள் ஆசிரியர் பொறுப்பை ஏற்கிறீர்களா?" என்றார், அதன் பதிப்பாளர் அருண்பூரி. நான் "என் சொந்தத் தொழில் வைத்திருக்கிறேன். அதை உடனே எல்லாம் விடமுடியாது!" என்று சொல்லிக் கொண்டிருந்தேன். கேட்டுக்கொண்டிருந்த அருண்பூரி திரும்பவும், "ஓ.கே. நீங்கள் எப்போது சேருகிறீர்கள்?" என்றார். "நான் என் நிலையைச் சொன்னேனே," என்றேன். "பரவாயில்லை.. நாங்கள் காத்திருக்கத் தயார். ஜனவரியில் பொங்கலை ஒட்டி வெளியிடலாமா?" என்றார், அவர். இயலாது என்றேன். பின் அது ஏப்ரல் 14க்கு தள்ளிப் போயிற்று. பின்

அந்த ஆண்டு ஆகஸ்ட் மாதம்தான் முதல் இதழைக் கொண்டு வந்தோம்.

பிரபுசாவ்லா, சேகர்குப்தா போன்ற தேசிய அளவிலான பத்திரிகையாளர்களுடன் பணிபுரிந்தது மிகவும் வித்தியாசமான அனுபவம். பலவற்றுக்கு அவர்களுடன் விவாதம் செய்ய வேண்டி இருக்கும். ராஜீவ் காந்தி இறந்தபோது ஆங்கில இந்தியா டுடே அவரது சிதைந்த உடலின் படத்தை அட்டையில் வெளியிட்டது. ஆனால் நாங்கள் மறுத்துவிட்டோம். கருப்புப் பின்னணியில் அவரது புகைப்படம் ஒன்றை வெளியிட்டு எனக்கும் ஒரு கனவு உண்டு என்ற வாசகங்களுடன் வெளியிட்டோம்.

அதேபோல் சிறுகதைகள். இந்தியா டுடே தமிழில் சிறுகதை வேண்டும் என்று நான் சொன்னபோது உலகில் எங்காவது செய்திப் பத்திரிகையில் சிறுகதை வந்திருக்கிறதா? என்று கேட்டார்கள். ஆனால் எங்கள் தமிழ் வாசகர்களின் கலாசார பழக்கம் சிறுகதை படிப்பது என்று எடுத்துச் சொல்லி சிறுகதைகள் வெளியிடத் தொடங்கினேன். தமிழின் முக்கிய எழுத்தாளர்கள் எல்லோரும் எழுதினார்கள். அவற்றில் பல அவர்களது ஆகச் சிறந்த கதைகள். ஓர் உதாரணம், சுந்தர ராமசாமியின் விகாசம்.

1989ல் இருந்து 92 வரை இந்தியா டுடேவில் பணிபுரிந்தேன். பிரபுசாவ்லா இந்தியன் எக்ஸ்பிரஸுக்குப் போனபோது என்னை தினமணிக்கு அழைத்தார். அங்கே செல்ல வேண்டாம் என்றுதான் நினைத்தேன். ஏனெனில் அங்கிருந்து என் நண்பரும் கணையாழி நிறுவனருமான கஸ்தூரிரங்கன் கண்ணியமற்ற முறையில் வெளியேற்றப்பட்டிருந்தார். தினமணி எவ்வளவு பெரிய நிறுவனம்? அது வீழ்வதை நீ பார்த்துக் கொண்டிருக்கலாமா என்று சொல்லிதான் பிரபுசாவ்லா என்னை ஒப்புக்கொள்ள வைத்தார். நான் அமெரிக்காவிற்குப் படிக்கச் செல்லவிருக்கிறேன் என்று தட்டிக் கழித்தேன் அதற்கெல்லாம் விடுமுறை தருகிறோம் நீ வா என்று அழைத்துக்கொண்டார்.

தினமணி மிகத் திறமையான, அனுபவம் வாய்ந்த பத்திரிகை யாளர்களின் கூடமாக இருந்தது. எந்த ஒரு செய்தியையும் விரைவாகவும் துல்லியமாகவும் எழுதும் ஆற்றல் கொண்ட பத்திரிகையாளர்கள் நானிருந்தபோது அங்கு பணிபுரிந்தார்கள். The cream of Tamil journalism. எனவே எனக்கு அங்கு பணிகள் அதிக அழுத்தம் இல்லாமல் இருந்தது. திசைகள், இந்தியா டுடே, சன்

தினமணி ஆசிரியர்

நியூஸ் ஆகியவற்றில் பணிபுரிந்தவர்கள் என்னால் பணிக்குத் தேர்வு செய்யப்பட்டவர்கள். அதுவரை இல்லாத புதிய concept ஐ அவற்றில் முயற்சித்துக் கொண்டிருந்தேன். எனவே என் சகாக்களை பயிற்றுவிக்கவும், வழி நடத்தவுமான பணிச் சுமை இருந்தது. ஆனால் தினமணியில் அந்த அழுத்தம் இல்லை

தினமணியில் நாள்தோறும் தலையங்கத்தை நானே எழுதினேன். மாதத்தில் சில நாட்கள் மதுரைப் பதிப்பை மேற்பார்வையிட மதுரை சென்று தங்கிவிடுவேன். அப்போது கூட அங்கிருந்தே தலையங்கங்களை நானே எழுதி அனுப்புவேன். இப்போதும் தலையங்கத்திற்குக் கீழ் வெளியாகும் 'நிமிர்ந்த நன்னடை நேர் கொண்ட பார்வை நிலத்தில் யாருக்கும் அஞ்சாத நெறிகள்' என்ற பாரதி வாசகம் என் காலத்தில் தேர்வு செய்யப்பட்டதுதான்.

தினமணியில் சேர்ந்து ஆறேழு மாதங்களுக்குப் பின் அமெரிக்காவிற்குப் படிக்கப் போய்விட்டேன். ஆனால் அந்தக் காலகட்டத்தில் தினமணி வெளிவந்ததே ஒரு பெரும் அதிசயம் என்றுதான் சொல்ல வேண்டும். ஏனெனில் உரிமையாளர்களுக்கு இடையே ஒரு "யுத்தம்" நடந்து கொண்டிருந்தது. எந்த நிமிடம் நீதிமன்றத் தடை வருமோ என்ற அச்சம் அலுவலகத்தில் நிலவிக் கொண்டிருந்தது.

நான் அயல்நாட்டில் இருந்தபோது, சுதாங்கன் தினமணியை சிறப்பாகக் கவனித்துக் கொண்டார். அவர் என்னுடன் திசைகளில் பணியாற்றியவர். சாவி சார் இளைஞனாக இருந்த என்னிடம் பொறுப்பைக் கொடுத்துவிட்டு அயல்நாடு சென்றதைப் போல நான் எனது அடுத்த தலைமுறையைச் சேர்ந்த இளைஞரிடம் பொறுப்பை ஒப்படைத்துவிட்டுச் சென்றேன். அவரும் குறைவில்லாமல் அதை நிறைவேற்றினார்.

குமுதத்தில் மீண்டும் பணி புரிந்த அனுபவங்கள்?

எஸ்.ஏ.பி. இறந்தபோது நான் அமெரிக்காவில் இருந்தேன். அவரைப் பற்றி தினமணி நடுப்பக்கத்தில் ஓர் அஞ்சலிக் கட்டுரை எழுதி இருந்தேன். நான் அமெரிக்காவிலிருந்து திரும்பிய பின்னரும், தினமணியில்தான் தொடர்ந்தேன். எஸ்.ஏ.பி.க்குப் பின் சுஜாதா, குமுதத்தின் ஆசிரியர் ஆனார். அவர் ஒரு நாள் அழைத்தார். அவரைச் சந்திக்கப் போனபோது எஸ்.ஏ.பி.யின் மகன் டாக்டர் ஜவஹரும் அவரது அறையில் இருந்தார். இப்போது குமுதம் எப்படி இருக்கு என்று சுஜாதா கேட்டார். நான் என் கருத்துகளைச் சொன்னேன். அவற்றில் விமர்சனங்களும் இருந்தன. பேசிக்கொண்டே இருந்தவர் திடீரென்று "நீ

குமுதம் ஆசிரியர்

குமுதத்துக்கு வந்துவிடுகிறாயா?" என்றார். நான் யோசித்துச் சொல்கிறேன் என்றேன். அப்போது தினமணியில் உரிமையாளர்கள் இடையேயான மோதல் உச்சகட்டத்தில் இருந்தது. இருந்தாலும் வெளிப்படையாகச் சொல்ல வேண்டுமென்றால் குமுதத்துக்குப் போனால் என்னுடைய பெயர் கெட்டுவிடும் என்ற எண்ணம் எனக்கு இருந்தது. என்னைப் பற்றி எனக்கு இருந்த இலக்கிய பிம்பத்தில் இருந்து நான் அப்போது வெளியே வந்திருக்கவில்லை. யோசித்தபோது நாம் போய் ஏன் அதை மாற்றக்கூடாது? என்று தோன்றியது. அடிப்படைகளை மாற்ற முடியாது. ஆனால் சில மாற்றங்களைச் செய்ய முடியும். ஒரு வாடகை வீட்டுக்குப் போகும்போது அதை நம் சௌகரியத்துக்கு ஏற்றார்போல் மாற்றமாட்டோமா? என்று யோசித்தேன். முன்பு இருந்தவர் பூஜை அறையாகப் பயன்படுத்திய இடத்தை நூலகமாக மாற்றிக் கொள்வோம். ஸ்டோர் ரூம் பூஜை அறையாக ஆகும் என்று தோன்றியது. நான் போனபோது பிவி பார்த்தசாரதி இருந்தார். அவருடன் பிரச்னை ஏதும் இல்லை. ஆனால் அவர் ஒருமுறை சொன்னார்; "சுஜாதா இருந்தபோது அறிவியல் பத்திரிகையாக இருந்தது. நீங்கள் இதை அரசியல் பத்திரிகை ஆக மாற்றிவிட்டீர்கள் என்று ஏஜெண்டுகள் சொல்கிறார்கள்... ஜெயலலிதா தேர்தலில் தோற்றதற்கு நீங்கள்தான் காரணம்," என்று ஒரு ஊர் பெயர் சொல்லி அந்த ஊர் ஏஜெண்டு சொன்னார் என்றும் அவர் கூறினார். "நான் காரணமில்லை. என்னைவிட குமுதம்தான் பெரியது. குமுதம்தான் காரணம்," என்று நான் பதில் சொன்னேன்.

ஆனால் அவர் சொன்னதில் உண்மை இருந்தது. நான் பொறுப்பில் இருந்த போது சுப்ரமண்ய சுவாமி, ஆர்.எம்.வீரப்பன் போன்றவர்கள் தொடர் எழுதினார்கள். ஜெயலலிதா, சசிகலா பற்றி நானே சுற்றமும் நட்பும் என்று ஒரு தொடர் எழுத ஆரம்பித்தேன். அது நீதிமன்றத் தடையால் நிறுத்தப்பட்டது.

குமுதம் போன்ற பல லட்சம் வாசகர்களைச் சென்றடைகிற பத்திரிகை வெறும் கேளிக்கையும் கொண்டாட்டமுமாக முடிந்து போய்விடக் கூடாது என்று நினைத்தேன். அது அரசியல் பேச வேண்டும். விழிப்புணர்வு ஏற்படுத்தும் நோக்கத்தோடு அரசியல் பேச வேண்டும் என்பது என் கருத்தாக இருந்தது.

முன்னணிப் பத்திரிகைகளின் ஆசிரியர், ஊடகவியலாளர், அரசியல் விமர்சகர் என்பதால் பல அரசியல்வாதிகளுடன் பழகியிருப்பீர்கள். அவர்களைக் குறித்து..

தினமணியில் இருந்தபோது காலை ஆறரை மணிக்கு எல்லாம் கலைஞரிடம் இருந்து அவ்வப்போது போன் வரும். தலையங்கம் படித்துவிட்டு கருத்து மாறுபாடுகளைச் சொல்வதோடு, தகவல் பிழைகள் ஏதாவது இருந்தாலும் சுட்டிக் காட்டுவார். பதவியில் இருக்கும் அரசியல்வாதிகளுக்கு பல்கலைக் கழகங்கள் டாக்டர் பட்டங்கள் வழங்குவது கலைஞர் ஆட்சியில்தான் ஆரம்பித்தது என்று ஒருமுறை எழுதி இருந்தேன். “இல்லை எனக்கு முன்னால் அண்ணாவுக்கு அண்ணாமலைப் பல்கலைக் கழகம் கௌரவ டாக்டர் பட்டம் கொடுத்திருக்கிறது,” என்றார். இதுபோல் தகவல் பிழைகள், கருத்து மாறுபாடுகள் இருந்தால் அவரிடமிருந்து அழைப்பு வந்துவிடும். பாராட்டுக்களும் வருவதுண்டு, அவர் கடுமையாக பதில் சொல்ல நினைத்தால் அதை நம்மிடம் பேசமாட்டார். முரசொலியில் எழுதிவிடுவார்.

எம்.ஜி.ஆரை சந்தித்தபோது அவர் அரசியல் பேசவில்லை. தனிப்பட்ட விஷயங்களைப் பேசினார். “ஏன் இப்படி ஒல்லியா இருக்கீங்க? என்ன சாப்பிடுறீங்க?” என்று கேட்டார். குண்டாக வேண்டுமென்றால் என்ன சாப்பிட வேண்டும் என்று அவர் ஒரு வழி சொன்னார். அதாவது பூரியும் குலாப் ஜாமூன்களும்

வாங்கவேண்டும். குலாப்ஜாமூன் உருண்டைகளை முதலில் தின்றுவிட்டு, அந்த ஜீராவில் பூரியை பிய்த்துப்போட்டு ஊறவைத்து சாப்பிடவேண்டும் என்று அவர் கூறியது ஞாபகம் உள்ளது.

ஏன் சத்துணவுத் திட்டத்தை ஆரம்பித்தார் என்பதற்கு அவர் சொன்ன காரணங்கள் உருக்கமானவை. அவர் சிறுவனாக பாய்ஸ் நாடகக் கம்பனியில் இருந்தபோது, குரல் உடையும் காலங்களில் வேஷம் தரமாட்டார்கள். அப்போது எம்.ஜி.ஆருக்கு அந்த குரல் உடையும் காலம். வேஷம் இல்லை. அங்கே நடிப்பு, வசனம் சொல்லித்தர வாத்தியார்கள் உண்டு. ஒரு வாத்தியாரின் மாணவர்களை இன்னொரு வாத்தியாருக்குப் பிடிக்காமல் போகும் அரசியல் உண்டு. ஒருநாள் சரியான பசி. பந்தி போட்டிருக்கிறார்கள். முதல் பந்தியில் பசி காரணமாக எம்ஜிஆர் அமர்ந்துவிட்டார். சாப்பாடு பரிமாறப்பட்டு உணவில் கை வைத்த நேரத்தில் எதிரணி வாத்தியார் வந்து கையைப் பிடித்து எழுப்பி விட்டார். உனக்குதான் வேஷமே இல்லையே. முதல் பந்தியில் சாப்பாடு கேட்குதா? போ போ.. என்று விரட்டி விட்டார். இவருக்குப் பசி. ஆனால் பசியை விட அவ்வளவு பேருக்கு முன்னால் அவமானப்பட்டது அவரை உறுத்திக்கொண்டே இருந்தது. என்றாவது ஒருநாள் எனக்கு வசதி வந்தால் அன்று நான் சாப்பாடு போடுகிறவனாக இருப்பேன்; ஒருக்காலும் சாப்பாட்டு பந்தியை விட்டு எழுப்பிவிடுகிறவனாக இருக்கமாட்டேன் என்று எண்ணிக் கொண்டார். அப்போது அரசியலுக்கு வருவோம் என்றோ முதல்வர் ஆவோம் என்றோ நினைத்தது கூட இல்லை.

“எதற்கு சாப்பாடு போடுகிறீர்கள்? அந்தப் பணத்தில் அரசாங்கம் தொழில்கள் தொடங்கலாமே?” என்று கேட்டேன்.

“தொடங்கி?”

“தொடங்கினால் பலருக்கும் வேலை கொடுக்கலாம்”

”வேலைகொடுத்து?” என்று கேட்டார் அவர்.

“சம்பாதித்துக் கொள்வார்கள்!”

“சம்பாதித்து என்ன செய்வார்கள்?”

“குடும்பத்துக்கு சாப்பாடு போடுவார்கள்”

“அதைத்தானே நான் நேரடியாகச் செய்கிறேன்” என்றார் அவர், சிரிக்காமல்! அப்போது அவரது சத்துணவுத் திட்டம் கடுமையாக விமர்சிக்கப்பட்டது. அப்பனுக்கு சாராயம்; பிள்ளைக்குச் சத்துணவு என்றெல்லாம் சோ கடுமையாக எழுதினார். ஆனால் எம்.ஜி.ஆர். அந்தத் திட்டத்தில் மிகுந்த உறுதியுடன் இருந்தார்.

அவரது இளமைப் பருவத்தில் ஏற்பட்ட தொண்டைக் கட்டு பற்றி இன்னொரு சம்பவமும் சொன்னார்:

சென்னை வால்டாக்ஸ் சாலை நாடக அரங்கில் நாடகம் முடிந்து பின்னேரமாக வருவார்கள். சௌகார்பேட்டையில் ஒரு கடையில் வாணலியில் பால் காய்ச்சுவார்கள். நாள் முழுக்க காய்ந்து காய்ந்து இரவில் ஆடை மிஞ்சி கெட்டியாக இருக்கும். அதைப் பயன்படுத்த முடியாது. கீழே கொட்டுவார்கள். அந்தக் கடை அடைக்கும்வரை அங்கே காத்திருந்து பால் ஆடையை இலவசமாக வாங்கி அருந்தியதாக எம்.ஜி.ஆர். சொன்னார். அது தொண்டைக் கட்டுக்கு நல்லது என்று கருதப்பட்டது. இவர்களின் மொத்த வாழ்க்கையும் குரலை நம்பித்தான் இருந்தது. எனவே காசில்லாத நிலையில் இப்படித்தான் வாழவேண்டி இருந்தது. எம்.ஜி.ஆரின் பேச்சு இப்படி தனிப்பட்ட நிலையில் இருக்கும். ஒருவேளை, என்ன இருக்கிறது அரசியலில் பேச என்று அவர் நினைத்திருக்கலாம்!

எவர் வேண்டுமானாலும் கருணாநிதியை தனிப்பட்ட முறையில் விமர்சனம் செய்வதை அவர் சகித்துக் கொண்டதில்லை. அரசியல் விமர்சனங்கள் வேறு; தனிப்பட்ட தரக் குறைவான தாக்குதல் வேறு என்பதில் அவர் தெளிவாக இருந்தார். ஒருமுறை அவர் கலைஞரை விமர்சனம் செய்ததற்காக ஜேப்பியாரை நடுவழியில் காரிலிருந்து இறக்கி விட்டிருக்கிறார். இதை ஜேப்பியாரே என்னிடம் கூறி இருக்கிறார்.

கலைஞர் பெரும்பாலும் தனிப்பட்ட விஷயங்களை விசாரிக்கவோ பேசவோ பேசமட்டார். சமூகம், இலக்கியம் பற்றிப் பேசுவார். நவீன இலக்கியவாதிகள் திராவிட இலக்கியத்தைப் பொருட்படுத்துவதில்லை என்பதில் அவருக்கு வருத்தமிருந்தது. இறையன்பு தகவல்தொடர்பு துறை செயலராக இருந்தபோது

தமிழரசு பத்திரிகை ஓர் இலக்கிய மலர் வெளியிட்டது. அதற்கு என்னிடம் ஒரு கட்டுரை கேட்டிருந்தார். இதுவரை சிறுகதை என்ற தலைப்பில் ஒரே காலத்தைச் சேர்ந்த இரு எழுத்தாளர்களை ஒப்பிட்டு எழுதி இருந்தேன். பாரதி–வவேசு ஐயர், கல்கி –புதுமைப்பித்தன், தி.ஜா– ஜெயகாந்தன், அசோகமித்திரன்–சுஜாதா இப்படி நான்கு பேர். அப்போது, கலைஞர் முதல்வர். பத்திரிகையை அவர் படித்தார். என்னைப்பற்றியெல்லாம் எழுத மாட்டீங்களா? என்று கேட்டார். "நான் படித்திருக்கிறேன் படித்தவரை ஒன்றும் அகப்படவில்லை" என்று சொன்னேன். "குப்பைத் தொட்டியில் தேடிப் பார்த்தீர்களா?" என்றார். அதாவது குப்பைத் தொட்டி என்பது அவர் எழுதிய சிறுகதை. அதேபோல் புதுக் கவிதையை ஆரம்ப நாட்களில் அவரால் ஏற்றுக்கொள்ள முடியவில்லை. நாங்கள் சினிமாவில் எழுதும் வசனங்கள் கூட இதைவிட சந்தத்துடன் இருக்கிறதே என்பார். இதில் எதைக் கண்டு சிலாகிக்கிறீர்கள் என்பார். அப்துல்ரகுமான், தமிழன்பன் போன்றவர்களுடனான பழக்கத்தால் அந்தப் பார்வை மாறியது. பொதுவாக அவருக்கு இலக்கியவாதிகள் எவரிடமும் பகை இருந்தது இல்லை. ஒருவர் அங்கீகரிக்கவில்லை என்பதால் அவர் மீது காழ்ப்பு கொண்டதில்லை. கண்ணதாசனை அவர் இவ்வளவு சர்ச்சைகளுக்குப் பின்னரும் மிகவும் நேசித்தார். ஜெயகாந்தனைப் பிடித்திருந்தாலும் ஏன் பிராமணர்களுக்கு இவ்வளவு வக்காலத்து வாங்குகிறார் என்பது அவருக்குக் கேள்வியாக இருந்தது. கலைஞருக்கு தன்னை நிரூபிக்கும் கருவியாக மொழியும் இலக்கியமும் இருந்தன. எம்.ஜி.ஆருக்கு அது தேவைப்படவே இல்லை. சொந்தத் துயரங்களில் இருந்து விடுபட சினிமா உதவியது. அத்துடன் அவர் நிறுத்திக்கொண்டார்.

திமுகவுக்குக் கிடைத்த முக்கியமான சிந்தனையாளராக முரசொலி மாறன் இருந்தார். அரசியலில் அவருக்கு நுட்பமான பார்வை இருந்தது. அவர் போனபிறகு திமுகவிற்கு ஏற்பட்ட சரிவுக்கு அவரது இடம் நிரப்பப்படாமல் போனதும் ஒரு காரணம். முரசொலி மாறனைச் சந்திக்கும் போதெல்லாம் அவரது முதல் கேள்வி, "சமீபத்தில் என்ன படித்தீர்கள்?" என்பதாகத்தான் இருக்கும். தமிழில் கணினி பற்றிச் சொன்னபோது அதில் ஆர்வம் காட்டியவர்களுள் அவரும் ஒருவர். நாமே கணினியில் தமிழில் உள்ளிடலாம் என்று சொன்னபோது, நாங்கள் படித்தபோது அரசு வேலைக்குப் போனால் டைப்பிஸ்டாக இருக்கவேண்டும்

அதிகாலை அழைப்புக்கள்

என்பதற்காகவே அதை விட்டுவிட்டு சினிமாவுக்கு வந்தவர்கள் நாங்கள். எங்களை மீண்டும் டைப் அடிக்கச் சொல்கிறீர்களே! என்று விளையாட்டாகக் கேட்டது ஞாபகம் உள்ளது. 1999ல் சென்னையில் தமிழிணைய மாநாடு நடந்ததற்கு முக்கியமான காரணகர்த்தா அவர். அந்த மாநாட்டில்தான் விசைப்பலகை தரப்படுத்தப்பட்டது.

இணையத் தமிழுக்கு அறிமுகமானது பற்றி?

ஃபுளோரிடா பல்கலைக் கழகத்தில் இதழியல் படிக்கப் போயிருந்தபோது அங்கே மின்னணு செய்தித்தாளுக்கு ஒரு முன்மாதிரி உருவாக்கும் ப்ராஜெக்ட் நான் இருந்த குழுவிடம் கொடுக்கப்பட்டது. அப்போது அதற்கான மென்பொருட்கள் கூட சந்தையில் இல்லை. நாஸாவின் துணை அமைப்பான என்சிஏஎஸ்சிஏவிடம் (NCASCA- National center for super computing applications) மொசைக் என்ற மென்பொருளை இரவல் வாங்கி அதை உருவாக்கினோம். இந்தியா திரும்பும் வழியில் சிங்கப்பூர் வந்தேன். என் நெருங்கிய நண்பரும் எழுத்தாளருமான நா.கோவிந்தசாமியிடம் இணையம் தொடர்பான என் அனுபவங்களைப் பகிர்ந்து கொண்டேன். அவர் அப்போது கணினிக்கான எழுத்துருக்களை உருவாக்கிக் கொண்டிருந்தார். இணையத்தில் தமிழை முதலில்

கற்றது கைமண்ணளவு

படி படி என்று சொல்லாத கல்வி

அறிமுகப்படுத்தியது சிங்கப்பூர்தான். அதற்கு கோவிந்தசாமி அளித்த பங்களிப்பு முக்கியமானது. இணையத்தில் தமிழ் அடி எடுத்து வைத்த நாளில் அவர் சிங்கப்பூரில் இருந்து என்னைத் தொலைபேசியில் அழைத்து, "இணையத்துக்குள் தமிழ் வந்துருச்சு" என்று மகிழ்ச்சி பொங்கக் கூவினார். என்ன போட்டிருக்கிறீர்கள் என்று கேட்டேன். கணியன் பூங்குன்றனாரின் யாதும் ஊரே பாடல் வரிகளை வலையேற்றியிருந்தார். இணையத் தமிழுக்கு நா.கோவிந்தசாமி, மதுரைத் திட்ட கல்யாண சுந்தரம், முரசு அஞ்சல் நெடுமாறன், ஆகியோர் செய்தது மிக அதிகம். முரசு நெடுமாறன் இலவசமாகத் தந்த எழுத்துருக்களைக் கொண்டுதான் யூனிகோடில் உருவான முதல் இணைய இதழான திசைகளை வெளியிட்டு வந்தேன்.

சிங்கப்பூர் சென்று ஆறு மாதங்கள் தங்கியிருந்து ஓர் ஆய்வை மேற்கொண்டீர்கள். என்ன ஆய்வு? அந்த அனுபவம் எப்படி இருந்தது?

சிங்கப்பூர் தேசிய நூலகம் சர்வதேச அளவில் ஆய்வாளர்களுக்கு வழங்கும் ஆய்வுக் கொடை லீ காங் சியான் ஆய்வுக் கொடை (Lee Kong Chian Research Fellowship). உலகின் பல்வேறு நாடுகளைச் சேர்ந்த ஆய்வாளர்களில் சிலரைத் தேர்ந்தெடுத்து, அவர்களைத் தென்கிழக்காசியா, மற்றும் சிங்கப்பூரின் கலாசாரம், பொருளியல், மரபுடமை ஆகிய துறைகள் தொடர்பான ஆய்வுகளை மேற்கொள்ளக் கேட்டுக் கொள்கிறது. 2016ஆம் ஆண்டு நான் அந்த ஆய்வுக் கொடைக்குத் தேர்வு செய்யப்பட்டேன். அதற்குத் தேர்ந்தெடுக்கப்பட்ட முதல் இந்தியரும் தமிழரும் நான்தான் என்று சொன்னார்கள். அதை அங்குள்ள தமிழ் முரசு ஒரு செய்தியாகவே வெளியிட்டது. அதன் பொருட்டு நான் ஆறுமாத காலம் சிங்கப்பூரில் தங்கியிருந்து, "Singapore Tamil Writers' works on social progression in Post- Independence Singapore" என்ற பொருண்மையில் ஆய்வு மேற்கொண்டேன். சிங்கப்பூர் புனைவுகள் அங்கு கடந்த ஐம்பதாண்டுகளில் ஏற்பட்டுள்ள சமூக மாற்றங்களை எப்படிப் பிரதிபலிக்கின்றன என்பதுதான் ஆய்வின் மையக் கருத்து. 20142016 வரை லீ காங் சியான் ஆய்வறிஞர்கள் அளித்த கட்டுரைகளிலிருந்து சிறந்தவற்றைத் தேர்ந்து அவற்றின் சுருக்கங்களை "Chapters on Asia- Selected papers from the Lee Kong Chian Research Fellowship 2014-2016" என்ற நூலாக சிங்கப்பூர் தேசிய நூலகம் வெளியிட்டுள்ளது. அதில் என் கட்டுரையும் இடம் பெற்றுள்ளது

1994ல் நான் சிங்கப்பூர் எழுத்தாளர் வாரத்திற்கு அழைக்கப்பட்ட போது எனக்கு சிங்கப்பூர் படைப்புகளோடு அறிமுகம் ஏற்பட்டது. அதிலிருந்து அதன் போக்கை கவனித்து வருகிறேன். ஆனால் அவற்றை சமூக வளர்ச்சி என்ற கண்ணோட்டத்தில் ஆய்வது

சுவாரஸ்யமாக இருந்தது. என் ஆய்வுக்காக நான் பழைய நாளிதழ்களையும் புரட்டினேன். பழைய பத்திரிகைகளைப் படிப்பதைப் போன்ற சுவாரஸ்யம் வேறெதும் கிடையாது.

புத்தகங்களின் நடுவில் இருக்கும் போது எனக்குள் ஒரு பணிவு தோன்றும். உலகில் எத்தனை விஷயங்கள் குறித்து எழுதப்படுகின்றன, எத்தனை கோணங்கள், எத்தனை முரண்பாடுகள், எத்தனை வகையான புத்தகங்கள், இதில் நமக்குத் தெரிந்தது ஒரு சதவீதம் இருக்குமா? என்ற எண்ணம் மேலோங்கி அகந்தை சுருங்கும். சிங்கப்பூர் தேசிய நூலகம் 16 மாடிகள் கொண்டது. எனக்கு 11வது மாடியில் ஒரு அறையும் கணினியும் கொடுத்திருந்தார்கள். தினம் நூற்றுக்கணக்கான புத்தகங்கள் வழியே நடந்து செல்வேன். பிரமிப்பும் பணிவும் என்னை ஒரு சேர ஆட்கொள்ளும்

புதுச்சேரி பாரதியாரைப் பேணியதைப் போல சிங்கப்பூர் என்னைக் கவனித்துக் கொண்டது, உள்ளங்கையில் வைத்துத் தாங்குவது என்பார்களே அதன் பொருளை நான் அனுபவபூர்வமாக அறிந்து கொண்டேன்.சிங்கப்பூர் நண்பர்களின் அன்பும், அறிவார்ந்த தோழமையும், அந்த ஊரின் வனப்பும் என்னை ஈர்த்துவிட்டன.

ஆனால் அதேசமயம் என்னுள் நிறைய கேள்விகள் எழுந்தன. 50 ஆண்டுகளுக்கு முன் சிங்கப்பூர் தனிக்குடியரசாக மலர்ந்த போது அங்கு ஏதும் பெரிதாகக் கிடையாது. இன்று அது உலகின் வளர்ச்சி பெற்ற நாடு. ஏன் என் தேசம் இப்படி ஆகவில்லை என்ற கேள்வி என்னை குடைந்து கொண்டே இருக்கிறது.இந்திய ஜனநாயகம் என் தேசத்திற்கு என்ன கொடுத்தது என்ற கேள்வி மனதில் எழுந்து நிற்கிறது. நாட்டை முன்னிறுத்திச் சிந்திக்கும் தொலைநோக்குப் பார்வை கொண்ட தலைவர்களைக்கூட அதிகம் நமக்குத் தரவில்லையே நம் ஜனநாயகம்?

**இலக்கியம்,
இதழியல்
இரண்டிலும்
இயங்கியவர் நீங்கள்.
இந்த இரண்டு
துறைகளும்
எப்படி
ஒன்றுக்கொன்று
உதவின?**

நான் பத்திரிகைத்துறைக்கு வர உந்துதலாக இருந்தவர் பாரதியார். அவர் பத்திரிகைப் பணிகளைப் படித்துதான் நான் இந்தத் துறையை விரும்பினேன். நான் பத்திரிகைத் துறைக்கு வரும்போது எனக்கு முன்னால் இருந்த பத்திரிகையாசிரியர்கள் அனைவரும் கதாசிரியர்களாகவும் இருந்தார்கள். கல்கி, துமிலன், தேவன், சாவி, மணியன், நா.பார்த்தசாரதி, எஸ்.ஏ.பி. என மிக நீண்ட பட்டியல் அது. தினமணி நாளிதழ் ஆசிரியராக இருந்த ஏ.என் சிவராமன் கூட சிறுகதை எழுதியிருக்கிறார். ஏன், பாரதியாரே கதைகள், கவிதைகள் எழுதிய ஓர் இலக்கியவாதிதான். எனவே பத்திரிகையாளர், படைப்பாளர் என்ற பாகுபாடுகள் அன்று இல்லை. இன்னும் சொல்லப் போனால், பத்திரிகையாசிரியர் ஆவதற்கு அது ஓர் அடிப்படைத் தகுதியாக இருந்தது. ஏனெனில் கதை எழுதுகிறவர்களுக்குத்தான் மொழியைக் கையாளும் ஆற்றல் இருக்கும். நேரடியாகப் புனைவு அல்லாத களத்தில் இருந்து வருகிறவர்களுக்கு சுருக்கமாக எழுதும் திறன் அமைந்திருக்காது. நிச்சயமாக இந்த இரு துறைகளும் ஒன்றுகொன்று உதவக் கூடியவை. இரண்டிற்கும் அடிப்படை, மொழி என்னும் கருவி. அது சரியாக இருக்கவேண்டும். எழுதுவது குறைவாக இருக்கும் தொலைக்காட்சிக்குக் கூட இது முக்கியம் என்று

நான் நினைக்கிறேன். ஏனெனில் அங்கு குறைந்த அவகாசத்தில், குறைந்த நேர அளவில், செய்திகளை வாய்மொழியாகச் சொல்ல வேண்டும். அப்படிச் சொல்வது பார்ப்பவர்களுக்குப் புரியும்படி தெளிவாகவும் இருக்க வேண்டும். அதற்குச் சொல்லாற்றல் வேண்டும். அப்போதுதான் சரியான வார்த்தைகள் சரியான இடத்தில் வந்து விழும். நேரலையில் ரிப்போர்ட் செய்யும்போது ரீ டேக் கிடையாது.

நெடிய இதழியல் பயணத்தில் நேர்ந்த மிகுந்த மகிழ்ச்சி எது?

மிகுந்த மகிழ்ச்சி அளித்தது புதிய தலைமுறை இதழைத் தொடங்கி நடத்தியதுதான். வெகுஜனப் பத்திரிகை நடத்த அரசியல், சினிமா, புனைக்கதை, கிசுகிசு, ஆன்மிகம், ஜோசியம் போன்ற ஆறு விஷயங்கள் அவசியம் எனக் கருதப்பட்ட காலத்தில் அவற்றை முற்றிலுமாகத் தவிர்த்து விட்டு அந்த இதழை வெற்றிகரமாக நான் நடத்தினேன். 16லிருந்து 29வயது வரை உள்ள இளைஞர்கள் படிக்கும் தமிழ் இதழ்களில் முதலிடம் பெற்ற பத்திரிகை என்று, அதை இந்தியன் ரீடர்ஷிப் சர்வே (IRS 2013) 2013ஆம் ஆண்டு அறிவித்தது.

அதுமட்டுமல்லாமல், அந்த இதழ் மூலம் 5 ஆண்டுகளில் வறுமையில் இருந்த ஆயிரம் மாணவர்களுக்குமேல் உயர்கல்வி அளிக்க முடிந்தது. பத்திரிகையின் உள்ளடக்கமும் அதன்மூலம் செய்த செயல்களும் மனதுக்கு மிகுந்த மகிழ்ச்சியை அளித்தன.

அச்சு இதழ்கள் (இலக்கியச் சிற்றிதழ், இளைஞர்களுக்கான இதழ், வெகுஜன வார இதழ், Current affairs இதழ், நாளிதழ்), வானொலி, தொலைக்காட்சி, இணையம், பல மொழி இணைய இதழ் என எல்லா ஊடகங்களிலும் முக்கியப் பொறுப்பில் பங்களிக்கும் வாய்ப்புப் பெற்ற மிகச் சில இதழாளர்களில் நானும் ஒருவன் என்பதும் என் மகிழ்ச்சிகளில் ஒன்று. அதைவிட என் இதழியல் பணிக்காலம் முழுவதும் தமிழ் இதழியலின் விளிம்புகளை நகர்த்த முயன்றேன் என்ற பெருமிதம் எனக்கு உண்டு. தமிழ் இதழியலின் ஜாம்பவான்களான ஏ.என்.சிவராமன், எஸ்.ஏ.பி., சாவி ஆகியோர் அமர்ந்த நாற்காலிகளில் அவர்களுக்குப் பிறகு அமரும் வாய்ப்பு

ஆசிரியர் - புதிய தலைமுறைக்கு

என் ஒருவனுக்கே கிட்டியது என்பதும் நான் எண்ணி மனநிறைவு கொள்ளும் ஒரு விஷயம்!

அந்தப் பயணத்தில் கசப்பாக அமைந்த சம்பவங்கள்?

மிகவும் வருத்தம் தந்த நிகழ்வு, குமுதத்தில் ஒரு நடிகையின் கதை வெளியானது என்றே சொல்வேன். என் அனுமதி இல்லாமலே தொடங்கப்பட்ட தொடர் அது. அதைத் தொடங்குவதற்கு முன்பு, அதை எழுதிய துணையாசிரியர் என்னிடம் ஏதும் விவாதிக்கவில்லை. அவர் நேரடியாக குமுதத்தின் உரிமையாளரிடம் பேசி அதை ஆரம்பித்தார். அதுபோல ஒரு தொடர் வெளிவருவதை நான் ஆரம்பத்திலேயே ஆட்சேபித்தேன். ஆனால், வெளியில் இருந்து எதிர்ப்புகள் வந்தபோது அப்பத்திரிகையின் சார்பாக பதில் சொல்ல வேண்டியவனாக நான் இருந்தேன். அகில இந்திய ஜனநாயக மாதர் சங்கம் அலுவலக வாசலில் போராடியபோது, நான்தான் அவர்களிடம் பேச வேண்டி வந்தது. உரிமையாளர் அமெரிக்காவில் இருந்தார். பத்திரிகை ஆசிரியன் என்ற முறையில் எல்லாக் கணைகளையும் நான் எதிர்கொள்ள வேண்டியதாயிற்று. என்னைத் தனிப்படத் தாக்கி ஒரு தொலைக்காட்சித் தொடர் கூட ஒளிபரப்பாயிற்று. என் துயரங்களை யாரிடமும் வாய்விட்டுப் பகிர்ந்து கொள்ளக் கூட முடியாத சூழ்நிலை. ஏனெனில் அது ஒரு புனைப்பெயரில் எழுதப்பட்டு வந்தது. அது யார் என்கிற ஆபீஸ் ரகசியத்தைக் காக்க வேண்டிய பொறுப்பும் எனக்கு இருந்தது. அத்தொடரை நான் எழுதவில்லை; எடிட் பண்ணவில்லை; அதன் பிரதிகளைக் கூட நான் பார்க்கமாட்டேன் என்று மறுத்தேன். ஆனால் அது என்னையும் மீறி வெளியானது. மிகப்பெரிய வருத்தம். பத்திரிகை அனுபவத்தில் முதல்முறையாக நான் வீழ்த்தப்பட்டதாகக் கருதியது அப்போதுதான். நிர்வாகத்துக்கும் ஆசிரியருக்கும் கருத்து வேறுபாடு வந்தால், அது எவ்வளவு நெருக்குதலாக

கேள்வி இல்லாமல் வாழ்க்கை இல்லை: கேள்வி நேரம் - சன் டிவி

இருக்கும் என்று நான் உணர்ந்தேன். நிர்வாகத்துடன் புரிந்துணர்வு இருந்தால் பத்திரிகை வேலை மிக அற்புதமாக இருக்கும். ஆனால் அப்படி இல்லையென்றால் அது நரகமாகிவிடும்!

அந்த நேரத்தில், வேலையை விட்டு வெளியேறி விடலாமா என்றுகூட நான் நினைத்தது உண்டு. வேலையை விடமுடியாதபடி குடும்பச் சூழல் இருந்தது. பத்திரிகைத் தொழிலுக்கு வருவதற்கு முன்பு தொடங்கிய நிறுவனத்தில் ஏற்பட்ட நஷ்டம் காரணமாகக் கடன்கள் இருந்தன. மகன் பள்ளி இறுதி வகுப்பில் இருந்தான். என்னுடைய அலுவலகப் பிரச்னைகள் காரணமாக குடும்பத்தை நெருக்கடிக்குள்ளாக்குவது சரியா என்ற கேள்வி எழுந்தது. என் சமகால எழுத்துலக சகாக்கள் சிலர் தங்கள் இலக்கிய வாழ்வின் முன்னேற்றங்களை, சாதனைகள் மீதான பெரு வேட்கையின் காரணமாக அவர்களது குடும்பத்தை நெருக்கடிக்குள் ஆழ்த்திய விவரங்கள் எனக்குத் தெரியும். என் தனிப்பட்ட சுயநலத்துக்காக என் குடும்பத்தை பலியிடுகிறவனாக ஆகிவிடக்கூடாது என்ற எண்ணம் எனக்கு ஏற்பட்டிருந்தது. நான் புகழ் வாய்ந்த எழுத்தாளனாக, பத்திரிகையாளனாக ஆகாமலே போகலாம். ஆனால் நல்ல மனிதனாக வாழ்ந்து சாக

வேண்டும் என்று தோன்றியது. ஆனால் நெருக்கடியான நேரங்களில் கடவுள் உதவி செய்கிறார். அப்போது சன் டிவியில் இருந்து அழைப்பு வந்தது. குமுதத்திலிருந்து வெளியேறினேன்.

நங்கூரம்

இன்னொரு வருத்தமான விஷயம் என்றால், திசைகள் நிறுத்தப்பட்டது. அதை இன்னும் கொஞ்சகாலம் நடத்தி இருந்தால் தமிழ்ப் பத்திரிகைகளின் போக்கை மாற்றி இருக்கலாம். அதை என்னுடைய தனிப்பட்ட வெற்றியாக நான் நினைக்கவில்லை. நல்ல வலுவான இளைஞர்கள் குழு கிடைத்தது. சிறிது காலம்தான் என்றாலும், திசைகள் வந்த பின்னர்தான் புனைவைக் குறைத்துக்கொண்டு செய்திக்கு இடம் கொடுக்கும் ஜூனியர் விகடன் போன்ற பத்திரிகைகள் வந்தன. சாவி சாருடன் கருத்து வேறுபாடுகள் ஏற்பட்டது உண்டு. மனவருத்தங்கள் ஏற்பட்டதுண்டு. ஆனால் கசப்பு உணர்ச்சி இல்லை. அவர் என்றும் என் மரியாதைக்குரியவர். யார் அவரது சொந்தப் பத்திரிகையை அனுபவம் இல்லாத ஒரு 29 வயதுப் பையனிடம் ஒப்படைத்து விட்டுப்போவார்கள்?

**நீங்கள்
பத்திரிகையாளர்
மட்டுமல்ல,
இலக்கிய உலகிலும்
ஓர் ஆளுமை.
அங்கு உங்களுக்கு
மகிழ்ச்சி அளித்த
நிகழ்வுகள்?**

பெரும் எழுத்தாளர்கள் என் எழுத்தின் மீது பொழிந்த பாராட்டுகள் என்னை மெய்சிலிர்க்க வைத்திருக்கின்றன. “வாசிக்கும்போது ஒரு நாழிகை ஆடிப் போனேன். இது சென்டிமென்டாலிட்டி என்று எள்ளப்படுகிற பேதைத்தனமல்ல. உண்மையை, அழகை தரிசிக்கும் போது ஆளையே வேரோடு ஆட்டுகிற ஒளியாட்டம். நல்ல சங்கீதத்தைக் கேட்கும்போது, ஊழிக்கூத்தை பாரதியார் பார்த்தபோது, நந்திதேவனை, கவச குண்டலங்களைப் பிய்த்துக் கொடுத்த கர்ணனைப் பார்க்கும்போது ஏற்படும் தரிசனம், ஒளி உதயம்” என்று, என் சிறுகதைகள் பற்றி தி.ஜானகிராமன் எழுதினார். “மாலனின் பாத்திரங்கள் இளைஞர்கள். மனிதாபிமானம் நிறைந்தவர்கள். முரண்பாடுகளும் மோதல்களும் நிறைந்த சமூக வாழ்வில் அன்பையும் சுயாபிமானத்தையும் முன்னெடுத்துச் செல்ல வேண்டிய வாழ்வின் முன்னோடிகள். இவரது நடை பற்றியும் குறிப்பிட வேண்டும். நளினமான (ஸாஃபிஸ்டிகேட்டட்) சிறுகதைக்கு அவசியமான சொற்செட்டு, வாசகரோடு அந்தரங்கமாக அளவளாவும் தன்மை இவரது நடையின் சிறப்பு” என்று, ஜெயகாந்தன் என் சிறுகதைகளை மதிப்பிட்டார். “ஜனரஞ்சகக் கூச்சலுக்கு இடையே சுருதியுடன் கூடிய குரலை எழுப்பி வெற்றியடைந்து வரும் எழுத்தாளர்களில் மாலன் திறமையுடன் பணியாற்றுகிறார். மாலனின் சிறுகதைகள்

பாஷா பரிஷத் விருது

வடிவ உணர்வை வலியுறுத்தும் உண்மையான வாழ்க்கைக் காட்சிகளாக ஒளிவீசுகின்றன" என்று, சிட்டி கொண்டாடினார். "இளைய தலைமுறையினரைக் குறித்து மாலன் அளவிற்குச் சிந்தித்தவர்.. எழுதியவர் தமிழில் நான் அறிந்த அளவில் யாரும் இல்லை" என்று பிரபஞ்சன் எழுதினார். "வியாபார உலகில் தன்னைக் கரைத்து விட்டவர்களில் வித்தியாசப்பட்டு நிற்கிறார்!" என்று, என்னைப்பற்றி இலங்கைப் பத்திரிகை சிரித்திரன் எழுதியது. என்னுடைய சிறுகதைத் தொகுதியை மீரா தானே முன் வந்து வெளியிட்டார். 'நல்ல கதைகள் நல்ல தாளில் வர வேண்டும்' என்று சொல்லி வெளிநாட்டிலிருந்து காகிதம் தருவித்து அதில் அச்சிட்டார். என்னுடைய முதல் நாவல் வந்த போது "மோனாவில் வந்த உங்கள் நீள் கதையை (வழி தவறிய வண்ணத்துப் பூச்சிகள்) நேற்று இரவு படித்தேன். அருமையாக வந்திருக்கிறது. ஞாபகத்தைத் தூங்கவிடாமல் அடிப்பதுதான் நல்ல படைப்பு. அதனால்தான் உங்கள் கதை அருமையாக வந்திருக்கிறது என்று சொல்கிறேன். மற்றவை எல்லாம் முக்கியமில்லை என் நோக்கில்" என்று தில்லியிலிருந்து தி.ஜானகிராமன் கைப்பட கடிதம் எழுதினார் (5.7.1990).

இவற்றில் எதுவும் முகமன் இல்லை; என்னைக் குளிர்விக்க செய்யச் சொல்லப்பட்ட வார்த்தைகள் இல்லை. இவை எழுதப்பட்டபோது நான் எந்தப் பத்திரிகையிலும் பணியில் இல்லை. இந்த ஜாம்பவான்களுக்கு என்னால் ஆக வேண்டிய காரியம் இல்லை. அவர்கள் ஆளுமை மிகப் பிரமாண்டமானது.

அவர்களுடைய பாராட்டையும் நம்பிக்கையையும் பெறத் தக்கனவாக என் எழுத்துகள் அமைந்தன என்பது குறித்து எனக்கு மிகுந்த மகிழ்ச்சி.

என்னுடைய எல்லா நண்பர்களும் என் எழுத்தினால் கிடைத்தவர்கள்தான். அதை எண்ணியும் மகிழ்கிறேன்!

இலக்கிய உலகில் அடைந்த வருத்தம்?

இலக்கிய உலகில் திறந்த மனதோடு படைப்புகளையும் படைப்பாளர்களையும் அணுகும் போக்கு குன்றிவிட்டது. படைப்பாளிகள் பத்திரிகை ஆசிரியர்களாக இயங்கிய காலம் ஓய்ந்து விட்டதால், சிற்றிதழ்களுக்கு அப்பால் படைப்புகளைத் தேடும், மதிப்பிடும் பரிசீலிக்கும், மனோபாவம் காணாமல் போய்விட்டது. சிற்றிதழ்களின் குழு சார்ந்து, அல்லது இயக்கம் சார்ந்து எழுத்தைக் கொண்டாடும் பண்பு பெரிய நிறுவனங்களால் நடத்தப் பெறும் இலக்கிய இதழ்களிலும் நடைமுறையாகிவிட்டது. நாங்கள் எழுத வந்த காலத்தில் வெகுஜன இதழ்களுக்கு மாற்றாக இலக்கியச் சிற்றேடுகள் இருந்தன. இன்று இலக்கிய இதழ்கள் என்பதும் வெகுஜன இதழ்களின் கைகளுக்குள் போய்விட்டன. அல்லது வெகுஜன இதழ்களின் செயல்பாட்டுத் தளத்தில் இயங்குகின்றன.

எளிமையான வாசகனை இளகச் செய்யும் யதார்த்தவாதக் கதைகள் அருகி வருகின்றன. அவனை மிரளச் செய்யும் அல்லது பிரமிப்பில் ஆழ்த்த வேண்டும் என்ற நோக்கில் எழுதப்படும் இருண்மை நிறைந்த கதையல்லாத கதைகள் பெருகுகின்றன. வாழ்க்கையைப் படித்து எழுதும் கதைகள் குறைந்தும் புத்தகத்தைப் படித்து எழுதும் கதைகள் மிகுந்தும் வருகின்றன. என் பார்வையில் இலக்கியம் வாசகனுக்கானது. அவன் அதில் பங்குதாரர். வாசிப்பவனை அவனது மூளையைக் கொண்டே சிந்திக்க வைப்பதுதான் என் கதைகளின் நோக்கம் என்பதைப் பலமுறை பிரகடனப்படுத்தியிருக்கிறேன்

தனிப்பட்ட அளவில் என் அனுபவத்தைச் சொல்கிறேன். இலக்கியத்தில் புனைவல்லாத புனைவு (Non fiction fiction) என்று ஒரு வகை உண்டு. சரித்திரத்தில் இடம் பெற்ற அல்லது வாழ்ந்து கொண்டிருக்கும் ஒரு பாத்திரத்தை, அல்லது சம்பவத்தை

பிரமிப்பும் பணிவும்

எடுத்துக் கொண்டு புனைவின் மொழியில் எழுதுவது. அதாவது பாத்திரம், சம்பவம் எல்லாம் உண்மையானவை. அதை நீங்கள் மாற்ற முடியாது. ஆனால் சொல்லும்மொழி, புனைவின் மொழி. அமெரிக்காவில் 80களில் இந்த வகை மிகப் பிரபலமானது. நார்மன் மெய்லர், டாம் உல்ஃப் போன்றவர்கள் இந்த முறையில் நிறைய எழுதியிருக்கிறார்கள். நான் தமிழில் அதை முயற்சித்திருக்கிறேன். என்னுடைய ஜனகணமன இந்த வகை நாவல். அதில் ஒரே ஒரு பாத்திரம் மட்டுமே கற்பனை. மீதி எல்லாம் நிஜம். அவர்கள் பேசும் வசனங்கள் மட்டும் புனைவு.

புதிய தலைமுறையில் எழுதிய சிறுகதைத் தொடர், உயிரே உயிரே இந்த வகை. நாம் வரலாற்றில் காணும் ஒரு பாத்திரத்திற்குள் ஒரு மனிதன் இருக்கிறான் அல்லவா? உதாரணத்திற்கு ஆபிரகாம் லிங்கன். அவரது செயல்கள் காரணமாக அவரது மனைவி மனநிலை பிறழ்ந்தவர் ஆனார். அவரை மனநிலை சரியில்லாதவர் என்று அறிவிக்கவேண்டும் என்று நீதிமன்றத்தில் முறையிட்டவர், அவரது மகன்!. அதே போல் நேரு, ஹிட்லர், காந்தி, இந்திராகாந்தி ஒவ்வொருவருக்குள்ளும் இருந்த மனிதர்களின் காதல், தேடல்பற்றிய கதைகள் அவை. அதில் சொல்லப்பட்டிருக்கும் சம்பவங்கள், தகவல்கள் எல்லாம் உண்மை. அதைச் சொல்லும் மொழி மட்டும் புனைவு. வாசகர்களிடம் அந்தத் தொடர் மகத்தான வரவேற்புப் பெற்றது. ஆனால் அதைக் குறித்து இலக்கிய உலகில் எதிர்வினைகள், குறைந்த பட்சம் என்ன ஜானர், (வகை) இது என்று அறிந்து கொள்ளும் முனைப்புக் கூட இல்லை. ஏனெனில் அவர்கள் பார்வையில், நான் "வெகுஜன எழுத்தாளன்"!.

அந்த நெருக்கடியான நேரங்களில் என்னை நங்கூரம் போலத் தாங்கி நின்றது என் குடும்பம். குறிப்பாக என் மனைவி. இன்று நான் நானாக எழுந்து நிற்க முடிகிறது என்றால் அதன் வேராக அவர்கள் இருக்கிறார்கள். நான் என் மென்மையை இழந்து, நம்பிக்கைகள் பொய்த்து, கசப்புற்ற ஒரு மனிதனாக முடிந்து போகாமல் என் ஈரத்தை இன்று வரை காப்பாற்றிக் கொள்ள முடிந்திருக்கிறது என்றால் அதற்கு அவர்கள்தான் காரணம்.

இனி?

திட்டங்கள் தீர்மானங்கள் பிரகடனங்கள் ஏதும் இல்லை. வெகுநாளாக மனதிலொரு நாவல் ஊறிக் கொண்டு கிடக்கிறது. அது ஏதேனும் ஒரு தருணத்தில் உடைத்துக் கொண்டு வரலாம். அல்லது அமிழ்ந்தும் போகலாம். வாசகன் ஆரம்பித்தபோது இருந்த மனநிலைதான் என்னிடம் எப்போதும். அது,

"எந்த இடத்தையும் அடைய அல்ல, சும்மா நடக்கவே விரும்புகிறேன் நான்."

மாலனின் படைப்புலகில் இருந்து சில பக்கங்கள்

மா

அம்மா மாதிரி இருந்தது. அம்மாதான். அவளுக்குத்தான் இந்த உயரம். இந்த வளர்ச்சி; இந்தப் பசுமை; ஓய்வுக்கு வந்து குந்துகிற குருவியிடம், அலைந்து உளைந்து அடை அடையாகச் சேர்க்கிற தேனீயிடம், ஊர்ந்து ஊர்ந்து உச்சிக்கு வருகிற எறும்புச் சாரியிடம், நாக்கு நாக்காய்க் கிளைத்துப் பேசுகிற இலைப் பசுமை, இந்த வீட்டின் கழிவு எல்லாவற்றையும் விழுங்கிக் கொண்டு அவற்றை வெள்ளைப்பூ முத்தாய், துவர்ப்பு வடுவாய், தித்திப்புக் கனியாய் மாற்ற அவளுக்குத்தான் முடியும்.

பாலிக்கு அந்த மாமரத்தைப் பார்க்கப் பார்க்க கையெடுத்துக் கும்பிடணும் போலிருந்தது. விழுந்து நமஸ்கரிக்க வேண்டும் போலிருந்தது. இது வெறும் மாமரம் இல்லை. அம்மாதான், அவரின் அம்மா நேற்றிலிருந்து இனி எனக்கும் அம்மா.

பாலிக்கு இருப்புக் கொள்ளாத இருப்பாக இருந்தது. விடுவிடென்று வாசலுக்கு வந்து எட்டிப் பார்த்தாள். தோசை திருப்பியைத் திருப்பிக் கொண்டு மண்ணைக் கிளறிக் கிளறி, மிருதுவான புது மண்ணை மேலே கொண்டு வந்து கொண்டிருந்தாள் அம்மா. இறுகிப் போன மேல் மண்ணைக் குத்திதான் இளக்க வேண்டியிருந்தது.

செடிக்குக் கீழே கூம்புகூம்பாய் அணைத்தாள். எல்லாம் நேற்றைக்கு வந்த புதுச்செடிகள், இவளைப்போல வேர் பிடித்துப் பழகுகிற வரை தண்ணீர் அடித்துக் கொண்டு போய் விடாமல், பூச்சி அரித்து விடாமல், மூச்சுக் காற்றுக்குத் திணறித் தவிக்காமல், இந்த மண்தான் அணைத்துக் கொண்டு நிற்க வேண்டும். இப்படி இறுக்கமும், இளக்கமுமாய்.

"நான் வேணும்னா கொத்றேன்ம்மா..."

"உனக்கு இதெல்லாம் பழக்கமா?"

"இல்லை. பழக்கம் இல்லை. ஆனால் பிடிக்கும்". அவள் இருந்த வீடு கல்லுக் கல்லாய் அடுக்கியிருந்தது. உள்ளங்காலில் குறுகுறுவென்று மண் ஒட்டிக் கொள்ளாத வழவழப்பாய் சிமிட்டிப் பால் விரிந்து கிடந்தது. கிராதி கேட்டிலிருந்து தலைவாசல் வரைக்கும் சிமிட்டி நடை. ஒரு பக்கத்தில் கார் வந்து தங்கும் கொட்டகை. இன்னொரு பக்கத்தில் பயிர் என்று ஒன்றும் கிடையாது. தரை முழுதும் அருகும் கோரையுமாய்ப் படர்ந்திருக்கும். அதையும், மாதம் ஒருவனைக் கூப்பிட்டு வழிதெரியச் செய்வாள் அவள் அம்மா. பின்னால் நெடுநெடுவென்று இரண்டு தென்னை ஆகாசத்தில் கீற்றாய் மினுங்கும். அதோடு சரி. ஆடிக்கு அவசரத்திற்கு என்றுகூட இரண்டு விரை ஊன்ற மாட்டாள் அம்மா.

அதனால் பழக்கமில்லை. ஆனால் பிடிக்கும். இந்த வீடு, தோட்டம், எல்லாம் பிடிக்கும். முதன் முதலில் அவர் அறிமுகத்துக்கு அழைத்துக் கொண்டு வந்தபோதே தோட்டம், மனத்தில் இடம் பிடித்துக் கொண்டுவிட்டது. இந்த மண் வாசனை, மலர் வாசனை, பச்சை குளோரோஃபில் வாசனை எல்லாம் மனத்தில் விழுந்து உரமாய் ஊறிப் பூத்த ஆசையில்தான் கல்யாணமாலை போட்டுக் கொண்டது. படியேறி வந்தது.

இதுதான் என்ன மாதிரி வீடு! எப்படிப்பட்ட தோட்டம்! வாசல் நடையின் இரண்டு பக்கமும் குத்துச்செங்கல் பதித்து வளர்ந்திருந்த கல் வாழை, தங்க மஞ்சளும், ரத்தச் சிவப்புமாய் பட்டுப் பட்டாய் பூத்திருக்கும். ஜீன்யா, பால்சம், கேந்தி என்று பூப்பாத்தியில் கும்பலாய் பல வர்ணம். குண்டு குண்டாய் இட்லிப்பூ. ஒடிசலாய், உயரமாய் முகம் நிறைய நூறு சிரிப்பை இறைத்துக் கொண்டு சூர்யகாந்தி, மூலைத் திருப்பத்தில் பூத்தது தெரியாமல் மணக்கிற மல்லிகை. தொட்டி சதுரத்தில் பால் சிந்தின மாதிரி லில்லி. இவற்றுக்கு நடுவில், பூக்கவே செய்யாத, அல்லாத பூத்ததைப் புரிந்து கொள்ள முடியாத குரோட்டன்ஸ்.

பின் கதவைத் திறந்தால், பள்ளிக்கூடப் பையன்கள் மாதிரி, ரஸ்தாளி, பூவம், பச்சை நாடன் என்று ஏழெட்டுக் கன்று.

வழுவழுவென்று கண்ணாடிப் பளபளப்பு பட்டையில் தெரியும். கல்லையும் மணலாய்க் கரைக்கும் ஈரத்தின் பளபளப்பு, வாழைக்குப் பக்கத்தில் பசேல் என்று அவரை பந்தலிட்டிருக்கும். வெள்ளை வெள்ளையாய் முத்துக் கட்டிச் சிரிக்கும். புடைவைக்குக் கரை போட்ட மாதிரி கரையோரத்தில் கருநீலம் ஓடியிருக்கும். புடலைப் பந்தலில் பாம்பு பாம்பாய் கல்லைத் தூக்கிக் கொண்டு தொங்கும். நட்சத்திரம் நட்சத்திரமாய் புடலம் பூ உதிர்ந்து கிடக்கும். நெருப்புக் கொழுந்ததைப் பந்தலில் கட்டித் தொங்கவிட்ட மாதிரி, விதைக்குவிட்ட காய், மஞ்சள் குளித்துக் கனிந்திருக்கும்.

இத்தனை பூவும், இத்தனை காயும் இந்த அம்மா வளர்த்தது. இத்தனை விதமும், இத்தனை வகையும் இந்தக் கை வளர்த்தது. இப்படி வெய்யிலில் உட்கார்ந்து கொண்டு மாங்கு மாங்கு என்று குத்திக் கிளறி வியர்த்து வியர்த்து வளர்ந்தது. நாறலும், காந்தலுமாய், வளர்த்ததுக்கு உரம் வைத்து, வாடலுக்கு மருந்து காட்டி வளர்த்தது. தண்ணீரும் ஊற்றி, ஊற்றின தண்ணீர் வேரை அரிக்காமல், பாத்தி வாயில் ஒட்டுச்சில் பதித்து வளர்த்தது.

உயிரின் வேராய்; வம்சத்தின் கிளையாய் .

விதம் விதமாய்ப் பூ, வகை வகையாய் காய், நிழல் நிழலாய் பச்சை.

ஆனால் எல்லாவற்றிற்கும், பார்க்கக் கண் வேண்டும். கதவைத் திறக்க வேண்டும். அம்மாவிற்கு கண் மனசு எல்லாம் இருந்தது. நீரோட்டமாய்ச் சிரிப்பு ஓடிய கண், இவள் வந்து தட்டியதும் திறந்து இடம் கொடுக்கிற மனசு.

நினைப்பின் வாசனையில் பூத்த ஆசையைச் சொன்னதும், அம்மா அவரின் அம்மா சிரித்தாள், தலையை அசைத்தாள். ‘என் செடியெல்லாம் பூக்கணும்னுதான் எனக்கு ஆசை. அவனுக்கு நீதான். நீதான் வேர். வா’ என்றாள்.

இவளின் அம்மாவும் தலையசைத்தாள், இடம் வலமாய், இல்லை மாட்டேன் என்கிற தலையசைப்பு, ஜன்மா போச்சு என்று கொதித்தாள், கடைசியில் கல்லாய்க் காரையாய் இறுகிப் போனாள்.

ஆனால் கல்யாணம் நடந்தது. காட்சி காட்சியாய்மாறி, ஒன்று விடாமல், ஒன்று குறையாமல் நடந்தது. அம்மா, அவரின் அம்மா தாலிக் கொடியால் தழுவிக் கொண்டாள். பட்டுப் புடவையாய்ப் போர்த்துக் காத்தாள். வேர் மண்ணாய் அணைத்து நின்றாள். அவள்தான் அம்மா. அவளுக்குத்தான் இந்த உயரம். இந்த வளர்ச்சி. இத்தனை பசுமை. இவளுக்குக் கைதானே பின்னிக் கொண்டது.

“பாலி, ஒரு பக்கெட் தண்ணி எடுத்துண்டு வா, பார்ப்போம்...” விசுக் விசுக்கென்று இவள் வீட்டிற்குள் நுழைந்தாள், குளிர்ச்சியையும், ஈரத்தையும் கோரிக் கொண்டு வர,

வேர் பிடித்துக் கொண்டு விட்டது. மண்ணின் அணைப்பில் ஈரமும் குளிர்ச்சியும் பருகி, செடி தளிர்த்தது. தலை கால் தெரியாது வில்லாய் வளைத்துக் கொண்ட முதுகில் முட்களுக்கு நடுவே ரோஜாத் துளிர் எழுந்து நின்றது.

அம்மாவிற்குத்தான் மனத்தில் முள்மண்ட ஆரம்பித்தது. கிலி முள், பய முள், கோப முள்.

கல்லிடுக்கில், காரைத் தரையில் வளர்ந்தாலும் இது அவர்கள் செடி, செடியை மாற்றிக் கொண்டதில் கட்டடம் விரிசல் கண்டதோ என்ற பயம். முடியாது என்று இடம் வலமாய்த் தலையசைத்த அம்மாவின் நெஞ்சு நின்று துடித்திருக்குமோ என்று பயம். எரிந்து சாம்பியிருக்குமோ என்ற திகில். ஔபாசனப் பாலிகையை எடுத்துக் கொண்டு வருவதற்குப் பதில், யாக நெருப்பை எடுத்துக் கொண்டு அல்லவா வந்திருக்கிறது மாட்டுப்பெண் என்ற கிலேசம்.

உள்ளூர் காரை வீட்டு அம்மாளை பாலியின் அம்மாவைக் காணவே இல்லை. கார்த்திக்கைப் பொங்கல் வந்தது. அம்மா வரவில்லை.

சீரும் காரும் எடுத்துக் கொண்டு வர வேண்டும் என்று வாசலைப் பார்த்துக் கொண்டு நிற்கவில்லை. ஆனால் அனுப்பின குழந்தை அழுததா, சிரித்தா என்று பார்க்கக்கூட ஆசையில்லாத ஒரு அம்மாவா?

இந்த ஒதுக்கல், முள்ளாய் உறுத்தியது. தணலாய்ச் சுட்டது. வயதும் வேலையும் அசத்தி அலுக்க வைத்த பொழுதில், இந்த

முள்ளை அம்மாவின் வாய் வீடு முழுக்க இறைத்தது. வீட்டில் இந்த தளிர்களை, கன்றுகளை, கூட்டி அள்ளுகிற வேலைக்காரியை இருந்து சீண்டுகிற விருந்தைப் போய்த் தைத்தது.

பாலிக்கு இப்போது சந்தேகம். மாமரத்திற்கு முள் உண்டோ?

கதவு கீச்சிட்டுக் கூப்பிட்டது. தலையை நிமிர்ந்து பார்த்தாள் பாலி. நீலமும், வெள்ளையும், அலுமினியப் பெட்டியுமாய் எதிரி வீட்டுப் பாப்பா.

"என்ன வேணும்மா?"

ஆளுயரம் வளர்ந்து, அந்தரத்தில் பூத்திருந்த ரோஜாப் பூவைக் கை காட்டுகிறது.

பாலிக்குப் பூத்ததெல்லாம் காற்றில்தான் உதிரணும், கை படக்கூடாது. பூவுக்குச் செடியைக் காட்டிலும் உகந்த தலை எது? ஆனால் இந்தப் பள்ளிக்கூட முகமே பூவாய் இருக்கிறது. மடித்துக் கட்டின பின்னலும், சாய்ந்து கெஞ்சும் தலையும்.

பாலி கவனமாய் முள்படாமல் ஒன்றைக் கிள்ளித் தந்தாள். தலையில் வைத்துக் கொள்ளாமல், முகர்ந்து கண்ணை மூடாமல் கையிலேயே வைத்துக் கொண்டு திரும்பித் திரும்பி பார்த்தது. தலையை உயர்த்திச் சிரித்தது. இன்னொன்று என்று கையை நீட்டியது.

'நோ... நோ...' என்று தலையை ஆட்டினாள் பாலி. அம்மாவோ, அவரோ கூப்பிட்ட மாதிரி இருந்தது. விடை பெறுதலாய்க் கையை அசைத்துவிட்டு உள்ளே போய் திரும்பி வந்தால்...

நுனிக்காலில் உண்ணி, இளசு விரலை முள் கீச்ச செடியை வளைத்துக் கொண்டு ஐந்தாறைக் கிள்ளிக் கொண்டிருக்கிறது இது.

ப்பா... எத்தனை ஆசை! யாருக்கு இத்தனை பூ? பூவிற்கு எத்தனை முள்? எத்தனை கீச்சல்? எத்தனை காயம்?

பதறிக் கொண்டு ஓடி வந்தாள் பாலி. மெத்து மெத்தென்ற அத்தனை பூ விரலிலும் புள்ளி புள்ளியாய் ரத்தம் முளைக்கட்டியிருந்தது. இவள் ஐந்து விரலையும் அள்ளித் திணித்துக் கொண்டு சப்பினாள்.

“என்ன பாலி, என்னாச்சு...” என்று கேட்டுக் கொண்டே வந்தாள் அம்மா.

பாலி சொன்னாள்.

அம்மாவிற்குச் சிரிப்பு வந்தது. சிரிப்பென்றால் ஓ என்று கைதட்டிச் சிரிக்கிற சிரிப்பில்லை. ஊசியாய்ச் சொருகுகிற சிரிப்பில்லை. விளக்கேற்றி வைக்கிற மாதிரிச் சிரிப்பு.

“ பொம்மனாட்டிக் குழந்தைன்னா பூவுக்கு ஆசைப்படாமலா?. பூவுக்கு ஆசைப் பட்டால் முள்ளுக்குப் பயப்படலாமோ? தோட்டம்னா, முள்ளுந்தான், பூவுந்தான், கறையானும் புத்து வைக்கும். அணிப்பிள்ளையும் ரகளை பண்ணும். மாமிசத்தைக் காக்கா கொண்டு வந்து போட்டுப் போகும். தேனி தேனைக் கொண்டுவந்து வைக்கும்... போ, ஆயின்ட்மெண்ட் இருந்தா எடுத்துண்டு வா... ”

பாலிக்குத் ‘திக்’கென்றது. அடைத்துக் கொண்டு நின்றதையெல்லாம் பொத்து விட்ட மாதிரி, உள்ளே ஏதோ வழிந்து கொண்டது. மனசுக்குள் ஒரு கண் திறந்து கொண்ட மாதிரி இருந்தது.

பாலி மாமரத்தை நெட்டுப் பார்வையாய் பார்த்தாள். செம்பு நிற இலையாய் மண்டியிருந்தது. அந்தத் தாமிர இலைகள் சிரிக்கிற மாதிரி இருந்தது. பிடிவாதமாய்ச் சிரிக்கிற மாதிரி. சிரித்துக் கொண்டே இருப்போம் என்கிற மாதிரி. இன்னிக்குச் செம்பு. நாளைக்கு அரக்கு. அப்புறம் பச்சை; கண்ணுக்குப் பச்சை தெரியவில்லை என்றால், நினைப்பிற்கு முள்தான் தெரியும்; தோட்டம்னா முள்ளுந்தான், பூவுந்தான். எங்கள் பச்சை எங்களுக்குள்ளே... என்கிற மாதிரி.

பாலி, ஆயின்ட்மெண்ட்டை எடுத்துக் கொண்டுவர உள்ளே போனாள்.

(சாவியில் வெளியான சிறுகதை)

பானை செய்து பார்ப்போமா?

என் ஜன்னலுக்கு வெளியே எங்கிருந்தோ ஒரு பாடல் அறையை நிறைக்கிறது. வீட்டு எண் தெரியாவிட்டாலும் விவரம் சொன்னால் விலாசம் கூறுவதைப் போல, அந்தப் பாடல்களின் வரிகளே அதன் ஆசிரியர் யார் என அறிவித்து விடுகிறது. அப்படி ஒரு தனித்த அடையாளம் அதற்கு. யார் அந்தக் கவிஞர்? கண்ணதாசன்தான் வேறு யார்?

தெருமுனையில் இருக்கும் தானி ஓட்டுநர்கள் பொங்கல் கொண்டாட்டங்களைத் தொடங்கி விட்டார்கள் போலும். அவர்கள் 'ஒலிபரப்பை'த் தொடங்கும் ஒவ்வொரு முறையும் ஒரு பழம் பாடலோடுதான் தொடங்குகிறார்கள். குத்துப் பாட்டுகள் வரக் கொஞ்ச நேரம் ஆகும். அந்தப் பழம் பாடல் பண்பாட்டின் அடையாளம். குத்துப் பாட்டு கொண்டாட்டத்தின் ஆரம்பம்.

தற்செயலாக தைப்பாவை என் மடியில் தவழ்ந்து கொண்டிருக்கிறாள். அதுவும் அந்தக் கவியரசர் எழுதிய சிறு காவியம்தான். கோடை கொளுத்தும்போது கொஞ்சம் குளிர் நீர் அருந்தப் பழம் பானையைத் திறப்பது போல் தமிழ்த் தாகம் எடுக்கும் போது இப்படி ஒரு கவிதைப் புத்தகத்தைத் திறந்து கொண்டு கிறங்கிப் போவேன்.

இருள்வானில் நிலவிடுவான் நிலவாழ்வை இருளவிடான்
செருவாளில் கைபதிப்பான் கைவாளை செருவில்விடான்
மருள்மானை மனத்தணைவான் மனமானை மருளவிடான்
தரும்சேரன் பெற்றறியான் தழைக்கும்கோன் வஞ்சியிலும்
நிறையாயோ உலவாயோ நிலவாயோ தைப்பாவாய்"

என்று புத்தரிசியில் பொங்கிய பொங்கலைப் போல் இந்தத் தமிழ் என் இதயத்தில் இனிக்கிறது. இதற்குப் பொருள் சொல்

என்று எவராவது என்னிடம் கேட்டால் பொடிப் பொடியாக நொறுங்கிப் போவேன். இதைவிட எளிமையாக எப்படிக் கவிதை செய்வது? தமிழின் சொல்லழகும் தமிழைச் சொல்லும் அழகும் ததும்பத் ததும்ப மிளிரும் கவிதை இதை வெட்டிப் பிரித்து விளக்குவதற்குப் பதில் செத்துப் போகலாம்.

தைப்பாவை முழுவதும் இப்படிப்பட்டத் திகட்டத் திகட்ட தேனருவிதான். ஒவ்வொரு கவிதையும் பார்த்துப் பார்த்துச் செய்திருக்கிறார் கவிஞர். கையில் கிடைத்தால் விட்டு விடாதீர்கள். வாத்தியாரை அருகில் வைத்துக் கொண்டாவது வாசித்து விடுங்கள். இதனை வாசித்த ஒருவன் இன்றைக்கில்லாவிட்டாலும் என்றைக்காவது ஒருநாள் கவிதை எழுதுவான். அந்தத் தமிழ் அவனை உறங்கவிடாது.

கிறங்கிக் கிடக்கும் என்னைக் கிளப்பி எழுப்புகிறது அடுக்களையில் அரசோச்சும் குக்கர், குதூகலிக்கும் குழந்தையைப் போலக் கூவிக் கொண்டிருக்கிறது அது. அல்லது பதற்றத்தில் இருக்கும் பழைய கிழவனைப் போல அரற்றிக் கொண்டிருக்கிறதோ? தன் தலையில் இருக்கும் மகுடம் தளர்ந்து சுழல்வதை அறியாமல் அது உற்சாகம் கொள்வதைப் பார்க்கும் போது அதை மகிழ்ச்சி என்றே எடுத்துக் கொள்கிறேன்.

அதனுள்ளே இனிப்புக் குழைந்து கொண்டிருக்கும். இன்னும் சிறிது நேரத்தில் இறக்கி வைத்து மணமும் சுவையும் சேர்த்து, இறைவன் முன் வைத்து, பின் எனக்கும் கொஞ்சம் கொடுப்பார்கள். பொங்கலை எதிர்பார்த்து என் இதயம் பூத்துக் கிடக்கிறது.

இளம் பருவத்தில் என் பாட்டன் வீட்டு முற்றத்தில் மாக்கோலம் சூடி மண்ணடுப்பு ஒன்று கணகணவென கனன்று கொண்டிருக்கும். வானத்துச் சூரியனை வணங்கிவிட்டுப் பாட்டியார் அதில் பானை ஒன்றை ஏற்றி வைப்பார். புதுப் புடவை கட்டிய பெண்ணைப் போல மஞ்சளும் பூவும் சூடிய மண் பானை ஒரு புதுப் பொலிவில் இருக்கும். அதைப் பார்த்தவுடன் பளிச்சென்று என் மனதில் ஒரு மினுக்கு. கொஞ்ச நாளைக்கு முன்பு குயவர்பாளையத்தில் அதை வாங்கப் போன மாமன், என்னையும் அழைத்துப் போயிருந்தார். மனிதருக்குள்ள மச்சம் போல அதன் கழுத்தில் கறுப்பாய் ஒரு தீற்றலை, ஆபரணம் போல் அளித்திருந்த சூளையின் சூடு அதை எனக்கு அடையாளம் காட்டிவிட்டது. பட்டாசு

வெடிக்கப்போவதைப் பார்க்கக் காத்திருக்கும் சிறுவனைப் போல நான் வாங்கிய பானைக்குள் பால் பொங்கக் காத்திருந்தேன்.

காத்திருத்தல் என்பது ஓர் கவிதைக் கணம். அதிலும் உள்ளே ஊறி ஊறி உருப்பெற்ற கவிதை உடைத்துக் கொண்டு காகிதத்தில் வெளிப்படுகிற கணமே ஒரு கவிதைதான். அதை எந்தக் கவிஞரைக் கேட்டாலும் சொல்வார்கள். ஆனந்தமும் அவசரமும் தவிப்பும் தாளமுடியாத சுகமும் அந்த நேரம் படைப்பாளியைப் பந்தாடும்.

களிமண்ணில் பானை செய்வது கவிதை எழுதுவதைப் போல் இன்றும் ஓர் அதிசயம்தான் எனக்கு. காகிதம் போல அல்லது கவிதையைப் போலக் களி மண்ணை வளைப்பதும் நெளிப்பதும். கையைச் செலுத்தி காலி இடத்தைப் பெருக்கி பானையின் வயிற்றை வனைவதும், மனம் நடத்தும் ஒரு மாஜிக் நிகழ்ச்சி. எந்தப் பானையும் கரங்களால் மாத்திரம் உருவாவதில்லை. கண்ணுக்குத் தெரியாமல் வந்து நிரம்பும் காற்றைப் போல அதற்குள் ஒரு கலைஞனின் மனம் கனிந்து கிடக்கிறது. ஏனெனில், விரைவு அளவு குழைவு என்று வெறும் கணக்குகளைக் கொண்டு எவர் வேண்டுமானாலும் பானைகளைச் செய்துவிடமுடியாது. கவிதைகள் கணிதங்களுக்கு அப்பாற்பட்டவை. அவை அறிவினால் செய்யப்படுவதில்லை. இதயத்தால் எழுதப்படுகின்றன.

இன்னும் சொல்லப் போனால் எழுதுவதைவிடச் சிரமமான கலை அது. கவிதையை முடிப்பது போல் கவனமாக, ஆனால் கச்சிதம் பிசகாமல் பானையை முடிக்க வேண்டும். சக்கரத்திலிருந்து ‘அறுத்து’ எடுக்கும் போது கவனம் பிசகினால் அடி ஓட்டையாகி அத்தனை முனைப்பும் வீணாகும்.

ஐம்பது ஆண்டுகள் பானை செய்து பழகியிருந்தாலும் குயவருக்கு ஒவ்வொரு பானையும் ஒருபுதிய கவிதைதான்.

ஈரமண்ணில் எழுதப்பட்ட அந்தக் கவிதைகள் என்ன ஆகின்றன? சுற்றிலும் நெருப்புச் சூழ சூளைகளில் வேகின்றன. அந்த வெப்பம்தான் அவற்றின் உருவம் குலையாமல் காக்கின்றன. அந்த அனல் கூட்டுக்குள் அவை வைக்கப்படாமல் போனால் யாருக்கும் பயனில்லாமல் போயிருக்கும். அந்த அனுபவத்திற்குப் பிறகுதான் அவை கோடையில் குளிர் நீரையும், குளிர்ந்த தையில் நெய்ப் பொங்கலையும் தரத் தகுதி பெறுகின்றன.

கற்கும் பருவமும் களிமண் பானையைப் போலத்தான். ஈரத்தோடு மிதிபடவும், மிதிபட்டு மிதிபட்டு நெகிழ்ந்ததை விரைந்து சுழலும் சக்கரத்தின் மேலேற்றிச் சுற்றுவதும், சுழல்வதைக் குடைவதும் பின் அதை நெருப்பில் வைத்துச் சுடுவதும் பயனில்லாமல் கிடந்த மண்ணைப் பானையாய் வனையத்தான்.

வனைகிற ஆசிரியருக்குத் தெரியும். தான் உருவாக்கும் பானைகள் ஒவ்வொன்றும் ஒரு கவிதை. ஒன்றைப் போல ஒன்றிராது. கவனம் செலுத்தித்தான் இந்தக் கவிதைகளைச் செய்ய முடியும். இயந்திரங்களைப் போல இந்தப் பானைகளைச் செய்து விடமுடியாது

கண்ணதாசன் கவிதைகளைப் போல எளிமையும் அழகும் பயனும் கொண்ட களிமண் பானைகள் இன்று காணாமல் போய்க் கொண்டிருக்கின்றன. தனித் தனியாக பார்த்துப் பார்த்துச் செய்யக் காலமும் கவிமனமும் இல்லாமல் போய்விட்டது. இன்று எண்ணிக்கையை அதிகரிக்கும் அவசியத்தால் இயந்திரங்கள் உருவாக்க்கிய உலோகக் குக்கருக்குள் வெந்து கொண்டிருக்கின்றன நம் பொங்கல்கள்.

யாரையும் குறை சொல்லவில்லை. கோபித்துக் கொள்ளவும் இல்லை. விரக்தியில் வெளிப்படும் புலம்பலும் அல்ல இது. காலத்தின் கணிதத்தில் பானைகள் என்ன யானைகள் கூட மறைந்து போகும். கொசுக்கள் பாடும் சங்கீதமே நமக்குப் போதுமானதாகத் தோன்றும் என்பது புரியாதவன் அல்ல நான்.

யாரேனும் ஓர் ஆசிரியர் சும்மா பொழுது போக்கிற்காகவேனும் ஒரு பானை செய்யுங்கள். இங்கே தமிழ் அமுது ஏராளமாகச் சிந்திக் கிடக்கிறது. எடுத்து வைக்க ஓர் ஏனம் வேண்டும்.

இன்று எதனை நான் பாடக் கூடும்?

பூக்களைப் பாடும் காலம்
போனது நேற்றின் முன்னம்

வலிமையை நடத்திக் காற்று
இலைகளைக் கவர்ந்து கொள்ளும்

பசுமையை இழந்த மரங்கள்
வான் பார்த்துக் கையை ஏந்தும்

வானமோ நச்சுப் புகையால்
நீலங்கள் கருக்கச் சாகும்

இன்று எதனை நான் பாடக் கூடும்?

பூக்களைப் பாடும் காலம்
போனது நேற்றின் முன்னம்
வயிறுகள் மண்ணைப் பார்க்க
வான் பார்த்த முதுகுக் கூன் மேல்
கால் பாவிச் செல்லும்
நெஞ்ச அழுக்கினைப் பாடும் காலம்
என்னுடைய கையில் ஏறும்

இன்று எதனை நான் பாடக் கூடும்?

இதுவும்...

வாசற் கதவைத் தாழ் போடு,
நீளக் கொம்பைக் கையிலெடு
பொந்தையெல்லாம் அடைத்தாயா?
பொட்டிக்குள்தான் எங்கேயோ...

குத்திக் கிளப்ப வெளித் துள்ளும்
தப்பிக் கொள்ளும் வெறி உந்த
ஓடித் திரிந்து ஒளிந்து விடும்.
கொட்டி, குதறி, பொறி மீளும்
எலி அதோ அடி! அடி!

முயன்றதோர் நூறு முறையும்
முடிந்தது நாளை முயல
எலிகளோ மனதைப் போல
எதனினும் வசங் கொளாது
பழகிடச் சகிக்கும் இதுவும்
விடு

சுதந்திரம் என்பது யாதெனில்...

இன்றைய உலகில் துணிச்சலான செயல்களில் ஒன்று சிந்தித்தல். அதுவும் உரத்துச் சிந்தித்தல். அதிலும் நம்மைப் பற்றி நாமே பகிரங்கமாக உரத்துச் சிந்தித்தல். அதைத்தான் செய்ய முற்படுகிறேன்

சுதந்திரம் என்பது என்ன?

சுதந்திரத்திற்குப் பல முகங்கள். பல அர்த்தங்கள். சிறைக்குள் இருக்கும் ஒருவருக்கு (அரசியல்வாதிகளைச் சொல்லவில்லை) வெளியில் வருவது விடுதலை. வணிகர்களைக் கேட்டால் கட்டுப்பாடுகளிலிருந்து விடுவித்தால் அது சுதந்திரம். குடும்பத் தலைவிகளுக்கும், அலுவலகத்தின் இடைநிலை ஊழியர்களுக்கும் அவர்களது அன்றாட வேலைகளிலிருந்து விலக்குக் கிடைக்கும் நாட்கள் சுதந்திர தினம். உளவியல் வல்லுநர்களும், கார்ப்பரேட் குருக்களும், குறிப்பிட்ட மனநிலையிலிருந்து விடுபடுதல் உதாரணமாக அச்சம், ஆசை விடுதலை என்கிறார்கள். பெரும்பாலானோருக்கு சுதந்திரம் என்பது அவர்கள் விரும்பியதைச் செய்வதை அனுமதிக்கும் சூழல்.

எனக்கோ சுதந்திரம் என்பது நான் செய்ய விரும்புவதை அனுமதிப்பது மட்டுமல்ல, செய்ய விரும்பாததை என்மேல் திணிக்காமல் இருப்பதும்தான் சுதந்திரம். என்னை ஆங்கிலத்திலோ (தமிழிலோ) பேச அனுமதிப்பது மட்டுமல்ல, என்னை இந்தியில் பேசுமாறு வற்புறுத்தாமல் இருப்பது சுதந்திரம். நான் எழுத விரும்பியதை எழுத அனுமதிப்பது மட்டுமல்ல, நான் எழுத/ வெளியிட விரும்பாததை எழுதுமாறு/ வெளியிடுமாறு வற்புறுத்தாமல் இருப்பதும்தான் சுதந்திரம். ஒரு பெண் அல்லது

ஆண் தான் விரும்பிய ஒருவரை மணக்க அனுமதிப்பது மட்டுமல்ல, அந்தப் பெண்ணோ, ஆணோ தனித்து வாழ விரும்பினால் அதை அனுமதிப்பதும்தான் சுதந்திரம். நான் விரும்பும் இடத்தில் வாழ வகை செய்வது மட்டுமல்ல, பன்முகத் தன்மையை மறுதலிக்கிற சூழலில் வாழுமாறு என்னை வற்புறுத்தாமலிருப்பதும்தான் சுதந்திரம்.

"சுதந்திரம் என்பது,,,"
துவங்கிய சகியை
மறித்தான் கவி

"விடுதலை என்பது
விரும்பியதைச் செய்தல்"
எளிமையாய் ஓர்
இலக்கணம் வகுத்தான்

இல்லை இல்லை
என்றெழுந்தாள் சகி
யோசித்து உலவினாள்

"விடுதலை என்பது
விரும்பாதவற்றைத்
திணிக்காதிருப்பது"
என்றாள்
உறுதியாய்

மூன்றாண்டுகளுக்கு முன் நான் எழுதிய கவிதை இது.

சுதந்திரம் என்பது மேலாதிக்கத்திற்கு நேர் எதிரானது.

பன்முகத்தன்மை என்பதுதான் சுதந்திரத்தின் பொன் முத்திரை. தனித்த அடையாளம். ஏனெனில் அது என்னைக் கூட்டத்திலிருந்து தனித்து நிற்க அனுமதிக்கிறது. நான் நானாக இருக்க இடமளிக்கிறது. ஆலமரங்கள் அடர்ந்த வனத்தில் ஒரு புல்லின் இதழாக இருக்கத்தான் எனக்கு விருப்பம் என்றால் அதைப் புலம்பாமல், முகச்சுளிப்பு இல்லாமல் ஏற்றுக் கொள்ளும் நாடே சுதந்திர நாடு.

பன்முகத் தன்மை என்பது இயற்கையானது. இது ஏதோ பெரும் தத்துவம் அல்ல, கண் எதிரே காணும் காட்சி. எந்த மலரின் எல்லா

இதழ்களும் ஒரே அளவில் இருப்பதில்லை. எந்தச் செடியிலும் எல்லா மலரும் ஒன்றே போல் இருப்பதில்லை. ஒரே மரத்தின் விதைகளிலிருந்து வெளிப்படும் விருட்சங்கள் கூட வேறு வேறான அளவில் விரிகின்றன. மலை இருக்கும் இடத்தில் கடல் இல்லை. கடல் இருக்கும் இடத்தில் வயல் இல்லை. வயல் இருக்கும் இடத்தில் வனம் இல்லை. வனத்தில் உள்ளவை எல்லாம் ஒன்றாக இல்லை. எல்லோருக்கும் மழை இல்லை. அசாமில் வெள்ளம் பெருக்கெடுத்து வீதிகளில் விரைந்தோடுகையில் தில்லியில் என் நா வறள்கிறது. அமெரிக்கர்களின் கோடை ஆஸ்திரேலியர்களின் குளிர்காலம்.

சுதந்திரம் இயல்பானது, இயற்கையானது என நம்புபவர்கள் எவரும் அது பன்முகத் தன்மை கொண்டது என்பதை ஏற்பார்கள்

இந்தியன் என்பதில் என்றும் பெருமிதம் கொள்பவன் நான். அதற்கு அதன் தொன்மை மட்டும் காரணமல்ல. அதன் பன்முகத்தன்மையும் காரணம். பெருமைக்குரிய பல மதங்களின் தாயகம் என் தேசம் என்பது மட்டுமல்ல என் பெருமிதத்திற்குக் காரணம். அது சகிப்புத் தன்மையின் உறைவிடம் என்பதும்தான். கருத்து மாறுபாடு என்பது எனக்கு இங்கு அளிக்கப்பட்டுள்ள உரிமை. அது இரக்கத்தில் போடப்பட்ட பிச்சை அல்ல.

ஓர் எழுத்தாளன் என்பதிலும் நான் பெருமை கொள்கிறேன். ஏனெனில் இலக்கியம் என்பது எழுத்தாளனுக்கும் வாசகருக்குமிடையே, வாசகருக்கும் மற்றொரு வாசகருக்குமிடையே சுதந்திரத்தைப் பரிமாற, பராமரிக்க, அங்கீகரிக்க உதவும் உண்மையான ஓர் ஊடகம் என்பதால். அது. மற்ற கலை வடிவங்களைப் போல, ஒலியையோ, வண்ணங்களையோ, அசைவுகளையோ, படங்களையோ சார்ந்து நிற்பதல்ல. வார்த்தைகளை மட்டுமே சார்ந்து சுதந்திரமாக நிற்கும் கலை.

அதே நேரம், இலக்கியம் என்னை என் வாசகரோடு பிணைக்கிறது. ஆனால் அது என்னுடைய சுதந்திரத்திலோ, அவருடைய சுதந்திரத்திலோ குறுக்கிடுவதில்லை.

வார்த்தைகளை மட்டுமே சார்ந்திருந்த போதிலும் அது வாசகரின் சுதந்திரத்தை எந்த விதத்திலும் கட்டுப்படுத்துவதில்லை. எழுதுபவனைப் போலவே வாசிப்பவருக்கும் அது சுதந்திரமாக சிந்திக்க இடமளிக்கிறது. உதாரணமாக 'காலைச் சூரியன்

எழுந்தது என்று எழுத்தாளன் எழுதும் ஒரு வாக்கியத்தை, அல்லது தண்நிலவு பொழிகிறது என்ற வாக்கியத்தை வாசகர் அவர் அறிந்த சூர்யோதத்தை அல்லது அவர் கண்ட நிலவைக் கற்பனை செய்து விளங்கிக் கொள்ள முடியும். அது எழுத்தாளன் கண்ட அதே சூர்யோதயமாக இருக்க வேண்டிய அவசியம் இல்லை.

ஆனால் சூர்யோதயம் திரையில் காட்சிப்படுத்தப்படும்போது அது பலவாறாக இருக்க முடியாது. கேமிராவின் கண் எந்த சூரியோதயத்தைப் பார்த்ததோ அந்த ஒரே காட்சிதான் எல்லோருக்கும். வாசகர்கள் ஒவ்வொரு படைப்பையும் தங்களது அனுபவத்தின் வழியேதான் புரிந்து கொள்கிறார்கள். தங்கள் அனுபவங்களைப் பொருத்திப் பார்த்துதான் கவிஞனின் வரிகளோடு அல்லது கதாசிரியனின் பாத்திரங்களோடு ஒன்றிப் போகிறார்கள். வார்த்தைகளையும் மீறிய ஒரு சுதந்திரத்தை இலக்கியம் வாசகருக்கு அளிக்கிறது. அதனால்தான் ஒரே படைப்பைப் பலரும் பலவிதமாகப் புரிந்து கொள்கிறோம், கொண்டாடுகிறோம் அல்லது நிராகரிக்கிறோம்.

வாசகருக்கு உள்ள இந்த சுதந்திரம், சில நேரங்களில் எழுத்தாளனுடைய கருத்துரிமையை நசுக்கவும் காரணமாகிறது என்பது ஒரு விசித்திரமான முரண். வாசகர் வெட்கமோ, குற்ற உணர்வோ கொண்ட ஓர் அனுபவத்தை எழுத்தாளன் சித்திரிக்க முற்படும் போது, அதன் உள்ளார்ந்த பொருளை விளங்கிக் கொள்ளாமல், அல்லது விளங்கிக் கொண்டாலும் ஏற்றுக் கொள்ள மனமில்லாமல், அந்தப் படைப்பைத் தடை செய்யக் கோரி கொந்தளிக்கிறான் வாசகன். தலைமுறை தலைமுறைகளாக நிலைநிறுத்தப்பட்ட ஒரு கருத்தை, சிந்தனையை, எழுத்தாளன் கேள்விக்குள்ளாக்கும் போது, அந்தக் கருத்தால், சிந்தனையால் பாதுகாப்பையோ, இதத்தையோ பெற்ற வாசகன் சங்கடத்திற்குள்ளாகிறான். அந்தப் படைப்பைக் கண்ணில் படாமல் ஒளித்து வைத்து விடமுடியுமா என்ற தவிப்பிற்குள்ளாகிறான். அந்தரங்கம் பகிரங்கப்பட்டுவிட்டதைப் போன்று பதறுகிறான். அந்தரங்கத்திற்குள்ள உரிமைக்கும் கருத்துரிமைக்குமான மோதல் நேர்கிறது.

முரண்பாடுகள் ஓர் ஆசிர்வாதம். ஒரு நல்வாய்ப்பு. ஏனென்றால் அவை கருத்து மாறுபாடுகள் குறித்து சிந்திக்க சந்தர்ப்பமளிக்கின்றன.

மாற்றுக் கருத்துகளைக் காணும் சாளரங்களைத் திறக்கின்றன. நம் மனதின் விருப்பங்களிலிருந்து விடுவித்துக் யதார்த்தங்களைத் தரிசிக்கும் வாய்ப்பை அளிக்கின்றன. நம்மை நம்முடைய அனுமானங்களிலிருந்தும் மனச்சாய்வுகளிலிருந்தும் விடுதலை செய்கின்றன. எனவே மோதல் நல்லது.

சரி, அந்தரங்கத்திற்கான உரிமை, கருத்துரிமை என்ற முரண்களுக் கிடையே சுதந்திரம் சிக்கிக் கொள்ளும் போது எதன் கை மேலோங்க வேண்டும்? உரத்த குரலில் வெகுண்டெழுந்து கூவும் பெரும்பான்மையா? அல்லது தனித்து விடப்பட்ட எழுத்தாளனா?

இந்திய அரசமைப்புச் சட்டம், கருத்துரிமை என்பது "நியாயமான கட்டுப்பாடுகளுக்கு உட்பட்டது" என்று வரையறுக்கிறது. "நியாயமான" என்பது நபருக்கு நபர் மாறுபடக்கூடியது. இந்த நியாயத்தைப் "பொது நன்மை" என்று கூட விளக்கிவிட முடியாது. ஏனெனில் "நன்மை" "தீமை" என்பவை நபருக்கு நபருக்கு வேறுபடக் கூடியவை. உங்களுடைய தித்திப்பான அமிர்தம் எனக்கு ஒவ்வாத விஷமாக இருக்கலாம்.

"நியாயமான கட்டுப்பாடுகளுக்குட்பட்ட கருத்துரிமை" என்ற அரசமைப்புச் சட்டத்தின் வாசகம், "சமூகப் பொறுப்புணர்வோடு கூடிய கருத்துரிமை" என்று மாற்றப்படுமானால் அது அர்த்தமுள்ளதாக மாறும். ஏனெனில் பொறுப்புணர்வு என்பது சுதந்திரத்தின் மறுபக்கம். இரண்டும் ஒட்டிப் பிறந்த இரட்டைக் குழந்தைகள். ஒன்றிலிருந்து ஒன்றை விலக்கி வைக்க முடியாது. இன்னும் சொல்லப் போனால் பொறுப்புணர்வு இல்லாதவர்கள் சுதந்திரத்திற்குத் தகுதியற்றவர்கள்.

நியாயமான கட்டுப்பாடுகள், அல்லது பொறுப்புணர்வு என்ற ஏதோ ஒரு வளையத்திற்குள் அடைக்கப்படும் சுதந்திரம் பூரண சுதந்திரம்தானா?

பூரண சுதந்திரம் என்பதே ஒரு மாயை. புத்தகங்களில் மட்டுமே வாழும் கற்பனை. நம் உள் மனதை இதமாக்கிக் கொள்ள நாம் கண்டறிந்த ஒரு சொல். சுதந்திரம் என்பது "நசுக்கப்பட்டவர்களின் ஏக்கம், இதயமற்ற உலகின் இதயம், ஆன்மா அழிந்து போன சூழலில் ஆன்மா. அது மக்களுடைய

அபின்" (மார்க்ஸ் மன்னிப்பாராக, அவர் மதம் என்பதைக் குறிக்க இந்தச் சொற்களைப் பயன்படுத்தியிருந்தார்).

ஆனாலும் அந்த மாயைக்கு, அந்த இதம் தரும் கற்பனைக்கு, அந்த போதை தரும் அபினுக்கு என் மனம் ஏங்குகிறது.

(2017 சுதந்திர தினத்தன்று தில்லி சாகித்ய அகாதெமி உரையரங்கில் நிகழ்த்திய உரையின் தமிழ்ப் பதிவு)

நான்

கணந்தோறும் பிறக்கிறேன்
கணந்தோறும் மரிக்கிறேன்
காற்றுக்குள் வடிவாகிறேன்

மணந்தோறும் மணக்கிறேன்
மலர்தோறும் சிரிக்கிறேன்
மாற்றின்றி நிகராகிறேன்

குணம் தேடிச் சிணுங்காமல்
கூப்பிக் கை வணங்காமல்
கூட்டத்தில் தனியாகிறேன்

தினம்தோறும் மனந்தேற
தொடுவானுக்கு அருகாகத்
தொலைதூரம் நான் போகிறேன்

ஜூன் 26 1975*

சிங்கங்கள் சீறும் சற்று
கால்களைக் கைகள் ஆக்கி.
தவளைகள், முயல்கள்,

மனிதர்கள் நிழலைக்
கலைத்துக் கலைத்து
விரைந்தது மின்னல் வண்டி

இரவலில் செய்தி கண்டு என்
இருக்கைக்கு அடுத்த மனிதர்
பிழைத்தது தேசம் என்றார்
வயிற்றினில் மனதை வைத்து

யார் தலைமை ஆனால் என்ன,
ஆட்டத்தில் திறமை போதா
ஆதலால் தோற்றுப் போனோம்
என்றொரு இளைஞர் சொன்னார்

மட்டையில் மனதை வைத்து
ஒழுக்கத்தைப் பேணா எதுவும்
இலக்கியம் ஆகாதென்று ஒரு
புலவர் சொன்னார்

மரபினில் மனதை வைத்து
சட்டத்துள் மனிதர் எல்லாம்
மரங்களாய் உறைந்து போனார்

மரங்களில் உயிர்கள் தங்கி
நிழல்களில் மனிதர் தேடும்

(எமெர்ஜென்சி அறிவிக்கப்பட்ட நாள். எமர்ஜென்சி அமலில் இருந்த நாட்களிலேயே (தணிக்கை காலம்) எழுதப்பட்டு கணையாழியில் பிரசுரம் கண்ட இந்தக் கவிதை பின்னர் ஆங்கிலத்தில் மொழிபெயர்க்கப்பட்டு, அமெரிக்கப் பேராசிரியர் ஆலிவர் ஜான் பெர்ரியால் voices of emergency என்ற தொகுப்பில் இடம் பெற்றது.)

எழுதிய நூல்கள்

சிறுகதைத் தொகுப்புகள்
மாலன் சிறுகதைகள்
முத்துக்கள் பத்து
தப்புக்கணக்கு
கல்லுக்குக் கீழும் பூக்கள்
மாறுதல் வரும்
இறகுகளும் பாறைகளும்
The Phanthom Tiger and other stories
(சிறுகதைகளின் ஆங்கில மொழிபெயர்ப்பு)
சங்கீத் வித்வான்
(சிறுகதைகளின் இந்தி மொழிபெயர்ப்பு)

நாவல்கள்
வழி தவறிய வண்ணத்துப்பூச்சிகள்
நந்தலாலா
ஜனகண மன
ஜனகணமன *(இந்தி)*
எம்.எஸ்
GG *(ஆங்கிலம்)*

கவிதை
மனம் என்னும் வனம்

இலக்கிய விமர்சனம்
புரட்சிக்காரர்கள் நடுவே
கயல் பருகிய கடல்

கட்டுரைகள்
சொல்லாத சொல்
என் ஜன்னலுக்கு வெளியே (இரு தொகுதிகள்)
காலத்தின் குரல்
அன்புள்ள தமிழன்
வீழ்வேன் என்று நினைத்தாயோ

புனைவல்லாத புனைவு
உயிரே உயிரே

படைப்புகள் இடம்பெற்ற தொகுப்புகள்
Anthology of Modern Tamil Stories(Writers workshop culcutta)
Voices of Emergency(Popular Prakashan Bombay)

Under One sky(National literary board, singapore)

மண்ணில் தெரியுது வானம்(சாகித்ய அகாடமி)

Chapters on Asia Selected Papers from Lee Kong Chian Research Fellowship (National Library Research Series)

The arts – National University of Singapore

தொகுத்த நூல்கள்

கண்களுக்கு அப்பால் இதயத்திற்கு அருகில் (சாகித்ய அகாடமி)

தாயகம் கடந்த தமிழ் (தமிழ்க் கலாசார மையம்)

Thus spoke the Press (2 Volumes) (The Hunger Project)

இன்று (இரு தொகுதிகள்) (ஓரியண்ட் லாங்மேன்)

அன்புடன் (நர்மதா பதிப்பகம்)

புவி எங்கும் தமிழ்க்கவிதை (சாகித்ய அகாதமி)

வாசகரின் பார்வையில்

மாலன் எழுத ஆரம்பித்து 50 வருடங்கள் பூர்த்தி ஆனது குறித்து கார்த்திகா ராஜ்குமார் ஒரு பதிவு போட்டிருந்தார்.

இப்படி ஏதாவது ஒன்று பால்யத்தின் வேரை சுண்டி இழுத்து விடுகிறது.

மாலன் சாவியில் எழுதியபோது படித்ததில்லை. திசைகள் வெளிவந்த போது அப்படியான இதழ்கள் எல்லாம் எங்கள் ஊருக்கு வருவதும் இல்லை. முதன்முதலில் சிவப்பு வண்ண அட்டை போட்ட "கல்லிற்கு கீழும் பூக்கள்" என்ற சிறுகதை தொகுப்பு தான் நான் மாலனை முதலில் படித்தது.

ஒவ்வொரு கதையும் எனக்கு ஏதோ பண்ணியது. சாதாரணமாக எதையும் ஒரே மூச்சில் படித்துவிடும் பழக்கம் எனக்கு அப்போது. மாலனின் ஒரு சிறுகதையை ஜீரணிக்க எனக்கு ஒரு நாளும் கொஞ்சம் சிகரெட்களும் ஆனது. வீடு இதை படிக்க ஏற்ற இடமாக எனக்கு இல்லை. ஆற்றங்கரை, கோவில், ரயில்வே ஸ்டேஷன், என படிப்பதற்காகவே புத்தகத்தை சுமந்து திரிந்தேன்.

இப்போதும் நினைவில் இருக்கிறது. "கல்லிற்கு கீழும் பூக்கள்" கதை எங்கள் தெரு ஆற்றை ஒட்டிய முருகன் ரைஸ்மில் ஓரம் வளைந்திருக்கும் ஒரு குட்டி தென்னை மரத்தின் அடியில் இருந்து படித்தது. ஆறு ஓடிக்கொண்டு இருக்கும் அருகே.

விரக்தியும், விட்டேத்தியும், எல்லாவற்றிலும் ஒரு எக்சென்ட்ரிக் தனமும் எனக்குள் இருந்தது அந்த வயதில். பாசிட்டிவ் நினைவுகளே இல்லாத காலம் அது (திரைப்படங்கள் கூட வறுமையின் நிறம் சிவப்பு, நிழல்கள் போல தான் வந்து கொண்டிருந்தன. அது அந்தக் கால நிலை).

கதை இப்படித்தான் ஆரம்பிக்கும்.

// வீடென்று எதனைச் சொல்வீர், அது இல்லை எனது வீடு, ஜன்னல் போல் வாசல் உண்டு. எட்டடிச் சதுரம் உள்ளே. பொங்கிட மூலை ஒன்று, புணர்வது மற்றொன்றில். நண்பர்கள் வந்தால் நடுவிலே குந்திக் கொள்வர். தலைமேலே கொடிகள் ஆடும் ; கால்புறம் பாண்டம் முட்டும். கவி எழுதிவிட்டுச் செல்ல, கால்சட்டை மடிந்து வைக்க வாய் பிளந்து வயிற்றை எக்கிச்

சுவரோரம் சாய்ந்த பீரோ//

கிட்டத்தட்ட ஒரு விரக்தியின் மனோபாவம் அது. சட்டென பிடித்துப் போயிற்று. அடுத்து படிக்க, படிக்க புதுக்கவிதை வடிவத்தில் சிறுகதை மாதிரியான நடை.

கவிதையில் விடியும் என் காலைகள். 'காஷ்புக்' கில் முடியும் சோகங்கள்..

மனிதப் பூவில் ரத்தத் தேன் குடிக்கும் மாம்பலக் கொசுக்கள்...

இப்படியாக போகும் கதை. காலையில் கண்விழித்து ரயில்வே ஸ்டேஷன் வந்து ரயில் பிடிக்கும் வரையான நிகழ்வுகளும், நினைப்புகளும் தான் கதை. பளபளக்கும் ஷூ கூட போட முடியாத குமாஸ்தாவின் ஏக்கம் இழையோடும். முடிவு எல்லாவற்றையும் புரட்டி போட்டு விடும். நானும் புரண்டு போனேன்.

இளம் வயதில் ஷூ போட்டு பிளாட்பாரத்தில் உட்கார்ந்து இருக்கும் பையன் இவனுக்கு உறுத்துவான். இடையில் கூலிகள் சம்பாஷனை, ஷோ கேஸ் ஜவுளி என்று கதை நகரும். அப்போது அந்த பையன் எழுந்து நடப்பான் தாங்கித் தாங்கி, அவன் ஊனமானவன். அதற்குத் தான் ஷூ போட்டு இருப்பான். அந்த ஷூவையும் பாலிஷ் போட்டு வைத்திருக்கும் நேர்த்தி இவனுக்கு போதி மரம் ஆகிவிடுகிறது.இப்படி முடித்திருப்பார்.

//தூரத்தில் பார்த்தான். வரிசையாய்த் தண்டவாளங்களுக்கு உள்ளும் வெளியிலும், முண்டு முண்டாய்ச் சரளைக் கல் பரப்பியிருந்தது. அருகில் எஞ்ஜினுக்குத் தண்ணீர் வார்க்கிற ரப்பர் துதிக்கையின் கண்ணுக்குத் தெரியாத துளையிலிருந்து பூந்தூறல் விழுந்து கொண்டிருந்தது. இந்தத் தண்டவாளம் நெடுகக் கற்களுக்கு மத்தியில் இப்படி ஒவ்வொரு வாகனுக்கும் தண்ணீர் நிரப்ப ஒரு துதிக்கை. அந்தக் குழாய்க் கம்பங்களைச் சுற்றிலும் சின்னப் பூக்கள். சிரிப்பும் கும்மாளமுமாய் ஆடுபுலி ஆடிக் கொண்டிருக்கிற நீலச் சட்டைகளைப் போல, தொழிலைக் கும்பிடுகிற காப்பி அடுப்புக்காரன் போல, குறையைப் பெரிதாய் நினைத்துப் புழுங்கி அழுந்திவிடாத அந்தப் பையன் போல, இந்தப் பூக்களும் விடாமல் சிரித்துக் கொண்டிருக்கும்.//

படித்து முடித்ததும் இனம் புரியாத உணர்வு என்னுள். வாழ்வின் பல சமயங்களில் நானும் கல்லிற்கு கீழான பூவைப் போல மகிழ்ச்சியுடன் பிற்காலத்தில் இருந்திருக்கிறேன். முதல் முறையாக

வித்யா சுப்ரமணியம் அவர்கள் வீட்டிற்கு போனபோது எனக்கு வீடென்று கவிதை தான் நினைவுக்கு வந்தது. அதை சொன்னேனா அல்லது வந்தபின் கடிதம் மூலம் சொன்னேனா என இப்போது நினைவில் இல்லை. கரூர் ஒண்டு குடித்தன விட்டில் வாழும் போதும் இந்த கவிதையை ஜெயந்தியிடம் சொல்லி இருக்கிறேன். ஆனாலும் கதையின் முடிவு போல கல்லிற்கு கீழும் பூக்கள் போல மகிழ்ச்சியுடன் தான் வாழ்ந்தோம். இந்த இடத்தில் சுஜாதா அவர்களின் பாடல் ஒன்று நினைவுக்கு வருகிறது.

// கனவுலகில் கடனெடுத்து கட்டில் வாங்குவோம். இரவு வரும் அருகருகே தொட்டு தூங்குவோம்//

மாலன் சார், எனக்கான போதி உங்களின் அந்தக் கதை தான். நன்றி கார்த்திகா ராஜ்குமார் சார். உங்கள் தூண்டல் என்னை இந்தக் கதையை தேடி படிக்க வைத்தது. படிக்கும் போது கொஞ்ச நேரம் எங்க ஊர் முருகன் ரைஸ் மில் தென்னை மரமும் சலசலக்கும் மணிமுத்தா ஆறும் உடன் இருந்தது.

மணி சேஷன்

பார்வைகள்

உண்மையை, அழகை தரிசிக்கும் போது ஆளையே வேரோடு ஆட்டுகிற ஒளியாட்டம், நல்ல சங்கீதத்தைக் கேட்கும் போது, ஊழிக்கூத்தை பாரதியார் பார்த்த போது நந்திதேவனை, கவச குண்டலங்களைப் பிய்த்துக் கொடுத்த கர்ணனைப் பார்க்கும் போது ஏற்படும் தரிசனம், ஒளி உதயம், மாலனின் எழுத்தில் பற்பல கட்டங்களில் கிடைக்கிறது[1]

தி.ஜானகிராமன்

உங்கள் நீள் கதையை (வழி தவறிய வண்ணத்துப் பூச்சிகள்) நேற்று இரவு படித்தேன். அருமையாக வந்திருக்கிறது.

அந்த அம்மா கோபித்துக் கொண்டு பெண்ணை முடக்கிப் போட்டுவிடுவதும், ஜனா காதலைப் பற்றி தீர்மானம் செய்திருப்பதும் ஒரு மத்தளத்தின் இரு பக்கம்தான். Waste of psychic energy என்பது ஒரு உண்மையான சித்தாந்தம். ஞாபகத்தைத் தூங்கவிடாமல் அடிப்பதுதான் நல்ல படைப்பு. அதனால்தான் உங்கள் கதை அருமையாக வந்திருக்கிறது என்று சொல்கிறேன். மற்றவை எல்லாம் முக்கியமில்லை என் நோக்கில்[2]

தி.ஜானகிராமன்

நளினமான நடை. சிறுகதைக்கு மிக அவசியமான சொற்செட்டு. வாசகரோடு அந்தரங்கமாக அளவளாவும் தன்மை இவரது நடைச் சிறப்பு[3]

ஜெயகாந்தன்

ஜனரஞ்சகக் கூச்சலிடையே சுருதியுடன் கூடிய குரலை எழுப்பி வெற்றியடைந்து வரும் எழுத்தாளார்களில் மாலன் திறமையுடன் பணியாற்றுகிறார். மாலனின் சிறுகதைகள் வடிவ உணர்வை

வலியுறுத்தும் உண்மையான வாழ்க்கைக் காட்சிகளாக ஒளி வீசுகின்றன[4]

சிட்டி

இத் தொகுப்பில் இருக்கும் அத்தனை கதைகளும் இலக்கியத்தரம் வாய்ந்தவை. எழுத்து இருவகைப்படும். ஏதேனும் சொல்ல வேண்டும் என்கிற நிர்பந்தம் வருகிற போது எழுத்தாகிற எழுத்து. இதற்கு சமூக நோக்கம் உண்டு. இரண்டாவது வகை இப்போது தமிழில் வந்து கொண்டிருக்கிற பெருவாரிக் குப்பைகள். மாலன் எழுத்து முதல் வகை, அவர் நடை நேரானது. சுருக்கமானது ஆடம்பரம் அற்றது, அழகானது, தெளிவானது. ஆகவே இலக்கியத் தரமானது.

நல்ல தமிழ் என்பது நேருக்கு நேராகப் பேசும் அரிதாரம் பூசாது. கேலி செய்யாது. இரண்டாவது அர்த்தம் கற்பிக்காது. சுற்றி வளைக்காது. மாலனின் தமிழ் நல்ல தமிழ் மாலன் இளைஞர்களைக் குறி வைத்தே இந்தக் கதைகளை எழுதியிருக்கிறார். ஏனெனில் அவர்களே நாளை. இன்றைய நம்பிக்கைகள் என்பதால். மருந்து நோயுற்ற குழந்தைகளுக்குத்தான் தரப்படும் என்பதாலும் இவை இளைஞர்களைக் குறி வைக்கின்றன.

இளைய தலைமுறையினரைக் குறித்து மாலன் அளவிற்குச் சிந்தித்தவர், எழுதியவர், தமிழில் நான் அறிந்த அளவில் யாரும் இல்லை. அந்த மனிதருக்கு இந்தப் பாராட்டுரைகளில் மகிழ்ச்சி ஏதும் இருக்கப் போவதில்லை. இளைய சமூகம் தம்மேல் படரவிட்டுக் கொண்டிருக்கிற நச்சுக் கொடிகளைப் பிய்த்து எறிந்து ஞானம் உற்று சமூக முன்னேற்றத்தோடு தம்மை இணைத்துக் கொள்ளுமாயின் அதுவே அச்சமூகம் அவருக்குத் தருகிற உண்மைப் பாராட்டுரை[5]

பிரபஞ்சன்

அவருக்கு ஒரு அமர்ந்த பார்வை இருந்தது. நீர் நிலையில் நின்றசையும் தண்ணீர் போல. அமைதியான நதியின் நீரசைவைப் போல. அமர்ந்த பார்வைக்குப் பொருந்துவதான ஒரு நடை இருந்தது. இந்தப் பார்வையும் அதற்கு ஜோடி போட்டுக்

கொண்ட நடையும் அவரின் தொடக்க எழுத்துகள். வாழ்க்கை பற்றிய பார்வையினால் வெளிப்பாட்டு முறையில் பிறகு ஒரு மாற்றம் காணுகிறது அது ஒரு மலர்ச்சி முன் தாவல். வாழ்க்கையின் நளினங்களை வியப்போடு பார்த்த போதும் சரி, பிரச்னைகளை தகிப்போடு பார்த்த போதும் சரி, அவருக்கு வாழ்வின் மீது காதல் இருந்ததைப் போலவே கேள்விகளும் இருந்தன. இந்தக் கேள்விகளைப் பற்றிய உரத்த சிந்தனையாகவே மாறிய சொல்முறையும் உத்தியும் கிடைக்கின்றன.

மாலனுடைய கதைகளில் ஓர் இலக்கு உண்டு. அது தனி உறவுகள், குடும்ப அமைப்பு, தொழில் உறவு, அரசு நிறுவனம் என்று எதுவாக இருந்தாலும் சனநாயக மதிப்பீடு உணரப்பட வேண்டும் என்ற இலக்கு. அவை நோக்கியே கதைகளின் தடம் பதிகிறது. வேறு பொருள் கொள்வதற்கான சாத்தியங்கள் இல்லை.

ஒவ்வொரு படைப்பாளிக்கும் ஒரு முன்னோடி. சிலருக்கு மௌனி சிலருக்கு நகுலன், சிலருக்கு பிரமிள், தொ.மு.சி. ரகுநாதனுக்கு புதுமைப்பித்தன். பொன்னீலனுக்கு தொ.மு.சி.ரகுநாதன், மாலனுக்கு பாரதி.[6]

பா.செயப்பிரகாசம்

நீங்கள் இனிமையாக அழகாக கட்டுரைகள் எழுதுகிறீர்கள். சிறுகதை பற்றிய இக்கட்டுரையோ (இதுவரை சிறுகதை) குமுதம் இதழில் நீங்கள் எழுதி வருகிற என் ஜன்னலுக்கு வெளியே கட்டுரைகளும் இதை உறுதி செய்யும். என்றைக்காவது உங்கள் கட்டுரைகள் தொகுக்கப் பெற்று புத்தகமாக வரக்கூடிய வாய்ப்பைப் பெறுமானால் கட்டுரை இலக்கியத்தை வளம் செய்ய மாலன் எழுத்துகளும் எவ்வளவு துணை புரிந்திருக்கின்றன என்பதை தேர்ந்த ரசிகர்களும் நேர்மையான வாசகர்களும் அறிந்து சொல்வார்கள்.[7]

வல்லிக்கண்ணன்

மெல்லிய சுழிப்புகளோடு நீரோட்டமாகச் செல்லும் நிதானமான நடையழகையும், உயரத்திலிருந்து ஆழத்தில் பாய்ந்து அலகில் மீனோடு எழும் மீன்கொத்தி போன்ற பார்வைக் கூர்மையும் கொண்டிருக்கின்றன இந்தக் கட்டுரைகள்.

மாலன் ஒரு பாரதீயர். எண்ணமும் எழுத்தும் கருத்தும் கற்பனையும் நம்பிக்கையும் நடைமுறையும் பாரதிமயமானவர்[8]

சிற்பி பாலசுப்ரமணியம்

சிறுகதையும் கட்டுரையும் தனித்தன்மை கொண்ட இரு வேறு துறைகள்.சிறுகதை வாசகனின் உணர்வைக் குறி வைத்துப் பாயும். கட்டுரையோ அறிவைக் குறி வைத்துப் பாயும். வாசகரின் அறிவை உணர்வை நோக்கிக் குவிப்பது சிறுகதை. வாசகரின் உணர்வை நோக்கி அறிவைக் குவிப்பது கட்டுரை. மாலனின் கட்டுரைகள் பல்வேறு உணர்ச்சிகளைக் கிளப்புகின்றன. ஆனால், அவை அறிவைக் குறிவைத்தே அவற்றைக் குவிக்கின்றன. அருமையான கட்டுரைகள்[9]

பொன்னீலன்

இயற்கையான எழுத்து. எளிமையான நடை.சொல்ல வந்த விஷயத்தைத் திருத்தமாகச் சொல்லிவிடும் திறமை. அத்துடன் கட்டுரை வளர்வது கண்ணிற்குத் தெரியாது. குறுந்தொகையில் தலைவி கூற்றாக ஒரு கவிதை.ப்'வளர்பிறை போல வழி வழிப்பெருகி' என்று வரும். வளர்பிறை போல கண்ணுக்குத் தெரியாமல் படிப்படியாகப் பெருகுகிறதாம் காமம். என்னுடைய கட்டுரைகளும் அப்படித்தான் வளர்வதே தெரிவதில்லை[10]

அ.முத்துலிங்கம்

தொடர்ந்து வாசிக்கவும் யோசிக்கவுமான வாழ்க்கை எல்லார்க்கும் வாய்ப்பதில்லை. சிலருக்கே வாய்க்கிறது. அந்தச் சிலருள் ஒருவர் சிந்தனையாளர் மாலன். சுடச்சுடச் சுழன்று கொண்டேயிருக்கும் இந்த உலகத்தைத் தன் உள்ளங்கையில் ஏந்தி ஆராய்ந்து சொல்லும் அக்கறையை இந்த நூல்வெளியெங்கும் உணர்கிறேன்.

தொண்ணூறு விழுக்காட்டு மக்கள் இந்த ஒரு செய்தியை வெறும் செய்தியாகவே பார்க்கிறார்கள். செய்தியின் வேர்களை மண் மூடியிருக்கிறது. அதன் கிளைகளை மேகம் மூடியிருக்கிறது. மண்ணைத் துளைத்தும் மேகம் விலக்கியும் ஒரு செய்தியின் அடிமுடி காணும் ஆற்றல் பெற்றவர்களே இந்த சமூகத்தை

முன்னெடுத்துச் செல்கிறார்கள். அப்படி நிகழ்காலச் சமூகத்தை முன்னெடுத்துச் செல்லும் சக்கரங்களாக இந்தக் கட்டுரைகளைக் காண்கிறேன்[11]

வைரமுத்து

மாலனின் கவிதைகளைப் படித்ததும் அவற்றில் ந. பிச்சமூர்த்தி அவர்களின் சாயல் இருப்பதை உணரமுடிகிறது. பிச்சமூர்த்தியின் பரிட்சார்த்த நடை, அந்த நடையைக் கொண்டு அவர் ஒலித்துக் காட்டிய ஓசை விகற்பங்கள் மாலனின் கவிதைகளில் உள்ளன. பட்டுத்துணியின் நெகிழ்வான நடை அசைவு பிச்சமூர்த்தியிடம் உள்ளது போலவே மாலன் கவிதைகளிலும் உள்ளது. ஆனால் மாலன் பிச்சமூர்த்திக்குப் பின் வந்தவர் என்று காட்டுகிற அம்சங்களும் உண்டு. பிச்சமூர்த்தி பல ஆண்டுகாலம் எழுதாமல் தனிமையை அனுபவித்தவர். மாலன் கவிதையிலும் தனிமை உணர்வு வெளிப்படுகிறது. இது தொனிப் பொருளாகிறது[12]

ஞானக்கூத்தன்

நீங்கள் நான் எழுதுகிற மற்றவர்கள் எல்லோரும் பிரியம் என்ற உணர்விற்கு அவரவருக்குண்டான அனுபவத்திற்கும் ஆழத்திற்கும் ஏற்ப ஒவ்வொன்றாகப் பெயரிட்டுப் பார்க்கிறார்கள், பார்க்கிறோம். தி.ஜா, யமுனா என்று, பாபு என்று, பாலி என்று, அம்மிணி என்று, அனுசுயா என்று, இந்து என்று, செங்கம்மா என்று, எத்தனை பெயர் வைத்துப் பார்த்திருக்கிறார். அத்தனை பெயரும் ஒரே பெயர்தானே. நீங்கள் வைத்திருப்பது நந்தலாலா என்று நம்முடைய சாயலும், நம்முடைய வாழ்வின் சாயலும், ஊரின் சாயலும் இல்லாத எழுத்து நல்ல எழுத்தில்லை. நந்தலாலா எழுதும் போது நீங்கள் திசைகள் ஆசிரியராகவோ, அந்த ஆசிரியர் என்பதன் அனுபவங்களோடோ இருந்தீர்களா என்பது ஞாபகமில்லை. ஞாபகம் தாண்டியும் கிருஷ்ணனின் சாயல், சிவராமனின் சாயல், உஷாவின் சாயல் எல்லாம் தெரிகிறது. இன்னும் நெருங்கினவர்களுக்கு இன்னும் சில சாயல்கள் தெரியலாம். மனிதர்களின் சாயலை வாழ்வின் சாயலாகவே கொள்ளுவோம். உண்மையும் அதுதானே?[13]

வண்ணதாசன்

மாலனின் சிறுகதைத் தொகுப்பை மறுபடி படித்துக் கொண்டிருந்தேன், நுட்பமாகவும், தனித்துவமிக்கதாகவும் உள்ள இவரது சிறுகதைகள் மறுவாசிப்பில் மிகவும் நெருக்கமாக இருந்தன, மாலனின் கதைகளில் வரும் மனிதர்கள் பெரும்பகுதி நடுத்தர வர்க்கம், அவர்களின் அக,புற பிரச்சனைகளும் அது உருவாகி வெளிப்படும் விதமும் விசித்திரமாக இருக்கின்றன, அசோகமித்ரன் காட்டிய மத்தியதர உலகம் ஒரு பக்கம், ஆதவன் காட்டிய உலகம் இன்னொரு பக்கம் என்றால் இரண்டின் சாயலுமின்றி நடுத்தர வர்க்க உலகின் திண்டாட்டங்களை, சின்னஞ் சிறு சந்தோஷங்களை,. வெளிப்படுத்த முடியாத துக்கங்களை தனது எழுத்தில் நுட்பமாகப் பதிவு செய்திருக்கிறார் மாலன், ஒரு பத்திரிக்கையாளர் என்பதால் தன்னைச் சுற்றிய சமகாலப் பிரச்னைகளின் மீதான எதிர்வினையும், அது தனிநபர்கள் மீது உருவாக்கும் பாதிப்புகளும் அவரது கதைகளில் இடைவெட்டாக வந்து போகின்றன, அவை கதைகளுக்கு ஒரு புதிய பரிமாணத்தை உருவாக்குகின்றன.

மாலனிடம் புதுமைப்பித்தனின் கதை சொல்லும் முறையும் பகடியும் ஒன்று கலந்திருப்பதை மறுவாசிப்பில் உணர முடிகிறது, சின்னஞ்சிறிய வாக்கியங்கள், கூர்மையான உரையாடல்கள், நினைவோட்டத்தை எடுத்துச் செல்லும் தேர்ந்த விவரிப்புகள், சட்டென ஒரு இடத்தில் கதை வாசகனைத் தனக்குள் முழுமையாக இழுத்துக் கொணடு விடுகிறது, வாசகனுடன் தோழமையான கதை சொல்லும் முறையை கைக்கொள்வதே இவரது தனிபலம் என்பேன். மாலனின் கதையில் (புதுமைப்பித்தனின் எக்ஸ்ரே) புதுமைப்பித்தன் ஒரு கதாபாத்திரமாக வருகிறார். கடவுளும் கந்தசாமி பிள்ளையும் கதையில் எந்த ஹோட்டலில் காபி குடித்தார்களோ அதே ஹோட்டலில் காபி குடிக்கிறார்கள், புதுமைப்பித்தனை தனது வீட்டிற்கு அழைத்துப் போகிறார், டிவி பார்க்க வைக்கிறார், இயந்திர உலகை அவர் எப்படி எதிர்கொள்கிறார் என்பது அவர் பாணியிலே வெளிப்படுத்தப்படுகிறது, இக்கதையில் புதுமைப்பித்தன் ஹோட்டலில் காபி குடித்துக் கொண்டிருக்கும் போது திடீரென வீதியில் ஒரு கலவரம் நடந்து சிலர் உள்ளே புகுந்து பெரியவரே உனக்கு காபி கேட்குதா என அவரை மிரட்டுகிறார்கள், கண்முன்னே உலகம் வன்முறையின் களமாகிப் போய்விட்டதை அவர் பார்க்கிறார், எதற்காக இந்த கலவரம், யார் இவர்கள் எதுவும் அவருக்குப் புரியவில்லை,

இந்த பத்தியை படித்தபோது நமது அன்றாட வாழ்வு எந்த அளவு சீர்கெட்டுப்போயிருக்கிறது என்பது துல்லியமாக பதிவு செய்யப்பட்டிருப்பதை உணர முடிந்தது, கதையில் புதுமைப்பித்தன் ஓர் எழுத்தாளர் என்பதாக மட்டுமின்றி காலத்தின் குறியீடு போல மாறியிருக்கிறார், கதையின் முடிவில் உள்ள அவர் ஆதங்கம் மிக இயல்பாக வெளிப்படுகிறது,

அந்த ஆதங்கம் இன்றைக்குமிருக்கிறது. எனக்கு கதையில் மிகவும் பிடித்த வரி புதுமைப்பித்தனின் எக்ஸ்ரே தன்னிடமிருப்பதாக கதை சொல்லி முடிப்பது, புதுமைப்பித்தனின் எக்ஸ்ரே இலக்கியத்திற்காகவே வாழ்ந்து அழிந்த ஒரு கலைஞனின் குறியீடு, எண்ணிக்கையற்ற சிறந்த சிறுகதைகளை எழுதி தன் எழுத்தின் வழியே என்றும் வாழ்ந்து கொண்டிருக்கும் புதுமைப்பித்தனுக்கு மாலனின் சிறுகதை ஒரு புத்துயிர்ப்பை தருகிறது, அதற்காக மாலன் மிகுந்த பாராட்டிற்குரியவர்.[14]

எஸ்.ராமகிருஷ்ணன்

வியாபார உலகில் தங்களைக் கரைத்து விட்டவர்களில் மாலன் வித்தியாசப்பட்டு நிற்கிறார்.

சிரித்திரன் இதழ் (இலங்கை)

ஒரு முழுமையான சிறுகதைத் தொகுப்பு எப்படி இருக்கும்? என்று கேட்பவர்களுக்கு, 'இதோ இப்படி இருக்கும்' என்று காட்டக் கூடிய தொகுப்பு.

ஆனந்த விகடன்
3.10.2004

மாலன் சரளமாகக் கதை சொல்கிறார்; சுவாரஸ்யமாகச் சொல்கிறார்; சிக்கல் இல்லாமல் சொல்கிறார்; எளிய தமிழில் சொல்கிறார்.

தீபம், ஜூன் 1987

அரசியல், கலாசாரம், மொழி, சினிமா சார்ந்த பல்வேறு கட்டுரைகள் அடங்கிய நூல் இது. உத்தி வித்தைகளில் இறங்காமல் மிக இயல்பான எழுத்து. கிட்டத்தட்ட 39 கட்டுரைகள்

பல்வேறு பிரச்னைகளை அலசுகின்றன. ஏராளமான தகவல்கள் படிக்கிற சுவாரஸ்யத்தோடு முன்வைக்கப்பட்டுள்ளன. ஒற்றை வரிச் செய்திகளாக அறியப்படுபவற்றின் பின்னணித் தகவல்கள் சுவையாகச் சொல்லப்பட்டிருக்கின்றன.

ஆனந்த விகடன்
13.06.2004

ஒரு கட்டுரையில் எடுத்துக்கொள்ளப்பட்ட பொருளை ஒட்டி சொல்லாமல் விடப்பட்டதை எப்படிக் கண்டுபிடிக்கலாம்? வரிகளினூடே ஒளிந்திருக்கும் கருத்துகளை எப்படி வாசகர்கள் கண்டுபிடிக்கலாம்? வாசகர்கள் கட்டுரையை வாசிக்கும்போதும் அதன் முடிவிலும் கட்டுரையின் கருத்தோட்டமும் அதற்கு எங்கே முற்றுப்புள்ளி வைக்கப்படுகிறது என்பதும் சொல்லப்படாதவற்றைச் சுட்டிக் காட்டும். இதற்குக் கருத்தோட்டம் எப்படியிருக்க வேண்டும்? எழுதும் நடையில் ஓர் இயக்கத்தை உண்டு பண்ண வேண்டும்; படிப்பவர்களிடையே தங்கு தடையில்லா வினைகளையும் எதிர்வினைகளையும் ஏற்படுத்தவேண்டும்; அவர்களை அறிவுப்பூர்வமாகத் திசைத் திருப்ப வேண்டும். Movement, amplification and digression என்று கருத்தோட்டம் ஏற்படுத்த வேண்டிய தாக்கங்களைப் பட்டியலிடுகிறார் பார்பரா ஸ்மித் என்பவர். முடிவு என்பது வெறுமனே எழுதப்படக்கூடாது. படிப்படியாக முதலீடு செய்யப்படவேண்டும் என்பது அவர் கருத்து.

துப்பறியும் நாவல் போல அல்ல கட்டுரைகள். துப்பறியும் நாவல்களில் சில பக்கங்களைப் படித்தவுடனேயே முடிவைப் படித்துவிட்டு பின் உள்ளே மீண்டும் பக்கங்களைப் புரட்டுவது இயல்பு. அதுபோல இல்லாமல் கட்டுரையைப் படிக்கும்போதே சொல்லப்பட்டவைகளும் சொல்லப்படாத முடிவுகளும் புலப்பட வேண்டும். மாலன் தன் "சொல்லாத சொல்" புத்தகத்தில் இதைத்தான் செய்திருக்கிறார். புத்தகத்தில் வெளியிடப்பட்டுள்ள 39 கட்டுரைகளும் சிங்கப்பூரில் தமிழ்முரசு நாளிதழில் வெளிவந்தவை. தமிழ்முரசில் வெளியிடப்பட்ட கதைகள், கவிதைகள் பல இதுவரை புத்தகங்களாக வந்திருக்கின்றன. ஆனால் முரசின் 68 ஆண்டு வரலாற்றில் இப்போதுதான்

எழுத்தாளர் ஒருவரின் கருத்துக்கட்டுரைகள் (column) ஒரு நூலாக வெளியீடு கண்டுள்ளதாக அதன் ஆசிரியர் டாக்டர் சித்ரா ராஜாராம் தன் முன்னுரையில் கூறுகிறார். இக்கட்டுரைகளில் குறிப்பாக, அயோத்திப் பிரச்னை, ஈராக் போர், சிங்கப்பூரில் சார்ஸ் போன்ற சில பலத்த சர்ச்சைகளை எழுப்பியவை. பெரும்பாலான கட்டுரைகள் டாக்டர் சித்ரா ராஜாராம் சொன்னது போல சாதாரண வாசகர்களையும் இங்கு கோப்பிக் கடைகளில் அமர்ந்து அதைக் குறித்துப் பேசத் தூண்டியவை. உலக நடப்புகள், இந்திய, தமிழ்நாட்டு அரசியல், வாழ்க்கையியல், இலக்கியம், நாட்டு நலம் என பயனுள்ள கருத்துச் செறிவுகளை எங்களுக்குக் கொடுத்தது மாலன் அவர்களின் "சொல்லாத சொல்".

பெரும்பாலும் கட்டுரைகளை மாலன் ஒரு கதை சொல்லியே தொடங்குகிறார். கதையின் பாத்திரங்களுக்குப் பின்னால், அவர்கள் பேசும் வார்த்தைகளுக்குப் பின்னால் அவரே ஒளிந்துகொள்கிறார். அந்தக் கதையின் முடிவை நேரடியாக நமக்குச் சொல்லாமல் பின் அதைக் கட்டுரையின் கருத்தில் புகுத்துகிறார். அதாவது பேசிக்கொண்டே ஒரு மருத்துவர் ஊசி குத்துவது போல. பின், கதையின் மூலம் வந்து விழுந்த கருத்தின் பின்னணியில் கட்டுரையைப் படிக்க ஆரம்பிக்கின்றனர் வாசகர்கள். கட்டுரையாளர் இப்போது மௌனியாகி விடுகிறார்.

"கவிதைகள் தலையில் அணியும் மகுடமோ, காலில் குலுங்கும் கொலுசோ அல்ல. அவை நம்மிடம் கொடுக்கப்பட்டுள்ள சாவிகள். நம்மை நாமே திறந்து பார்க்க, சமூகத்தை அதன் மீது பூட்டப்பட்டுள்ள விலங்குகளில் இருந்து விடுவிக்க, எதிர்காலத்தின் புதிர்களைத் திறக்க நம்மிடம் ஆசிர்வதித்து கொடுக்கப்பட்டுள்ள சாவிகள்." (கட்டுரை: தொலைந்த சாவிகள்)

இது கட்டுரையாளர் சொல்ல வந்த கருத்து. இதை பாட்டி ஒருவர் வீட்டினுள் சாவியைத் தொலைத்த கதையைச் சொல்லி ஆரம்பிக்கிறார். மாற்றுச் சாவியையும் கையில் வைத்துக்கொண்டு, வீட்டிற்கு வெளியே சாவியைத் தேடுகிறார் அந்த கிழவி. வெளியே வெளிச்சமாக உள்ளது; எனவே வெளிச்சத்தில் தேடுவது வசதி ஆதலால் அங்கே தேடுகிறேன் என்று அந்த கிழவி தன்னைப் பார்த்து வியப்படையும் வாலிபனுக்கு பதில் கூறுகிறார். **இதுதான் கதை.**

ஒன்றை நேரடியாகச் சொல்லாமல் வேறு வழிகளில் சொல்வது வாசகர்களிடம் இருந்து தப்பிக்க வழி என்பது சில இலக்கியவாதிகளின் கருத்து. சொல்ல வேண்டிதைச் சொல்லாமல் இருப்பதும், தொடர்ச்சியாக அதைத் தவிர்ப்பதும் எழுத்தாளரின் கருத்திற்கு பலமூட்டும்; சில சமயங்களில் மௌனம் எழுத்தாளர்களின் பலத்தை அதிகரிக்கும் வழி என்பது விமர்சகர்களின் பார்வை. தன் வாதத்தை சொல்வதும், வார்த்தைகளால் சண்டையிடுவதையும் (flight and fight) விட சொல்லாமல் இருக்கும் சொற்கள் வாசகர்களை அறிவுப்பூர்வமாகச் சிந்திக்க வைக்கும்; ஆக்கப்பூர்வமாக பேச வைக்கும். இது பெரும்பாலும் நாடகங்களில் மேற்கொள்ளப்படும் யுக்தி. இதை மாலன் தம் கருத்துக் கட்டுரையில் பின்பற்றியிருப்பது புதுமையானது. நேருக்கு நேர் உரக்கப் பேசாமலும், உணர்ச்சிவசப்படாமலும் அதே சமயம் வாசகர்களைத் தட்டிக் கழிக்காமலும் கட்டுரையாளர் வாசகர்களை கவர்கிறார்.

மாலன் கட்டுரைகள் தற்காலச் சிந்தனையுடனும் மொழிநடையுடனும் சிலசமயங்களில் அண்மையத் தலையாயப் பிரச்னைகளை அலசும் நோக்குடனும் எழுதப்பட்டிருக்கிறது. தன் எழுத்து நுணுக்கத்தையும் கருத்தையும் மட்டும் வாசகர்களிடம் நிலைநிறுத்தும் சுயநலப்போக்கு இல்லாமல் “சொல்லாத சொல்” கட்டுரைகள் புதிய பார்வை, சுயசிந்தனை, தன்னார்வத்தை வாசகர்களிடம் தூண்டுகிறது. இக்கட்டுரைத் தொகுப்பு “மாலன்” என்னும் தனிப்பட்ட எழுத்தாளரின் சித்தாந்தம் என்பதை ஒரு காலத்தின் அடையாளமாக மாற்றியிருக்கிறது.

இலக்கியப் படைப்புகள் தனிமனிதனின் வெளிப்பாடாக இருக்க வேண்டியத் தேவையில்லை என்று 1960களின் பிற்பகுதியில் உருவான கருத்தோடு கட்டுரைகள் ஒத்து போகின்றன. ஒரு எழுத்தாளருக்குப் பிரத்தியேகமாகக் கிடைத்த தாக்கங்கள், அவர் படித்த மூல நூல்கள் ஆகியவையே அவருடையத் தனிப்படைப்புகளை உருவாக்க வேண்டும் என்பது அவசியமில்லை, ஒரு இலக்கியப் படைப்பு அதற்கு முந்திய மற்றும் அதோடு ஒத்த படைப்புகளின் கருத்தை உள்வாங்கிக் கொண்டதாகவும், மாற்றியமைத்ததாகவும் இருக்க வேண்டியதில்லை என்பது நவீன இலக்கிய உலகில் ஒரு கோட்பாடு. (உதாரணம்: ஜூலியா

கிரிஸ்டெவாவின் "Word, Dialogue, Novel") இந்த உத்தி "intertextuality" எனப்படும். அதாவது ஒரு நெசவாளி பட்டுப் புடவையை கீழே அமர்ந்து நெய்யும்போது மேலிருந்து பூ, கொடி, மயில், அன்னம் என்று டிசைன்களை அதில் இறக்குவது போல.

இதையேத் தமிழில் "ஊடிழைப்பிரதி" என்று கூறுகிறோம். மாலன் வெறும் இலக்கிய மேற்கோள்களைக் காட்டாமல் ஏராளமான இலக்கிய, அரசியல், வாழ்க்கை அனுபவங்களை கட்டுரைகளில் எழுதியிருப்பது பல ஊடிழைப்பிரதிகளுக்கு உதாரணமாக இருக்கிறது. ஒவ்வொரு கட்டுரையிலிருந்தும் இதை எடுத்துக்காட்டமுடியும். கதை சொல்வது, நாடக யுக்தி, தன் எழுத்துக்களை பிறர் எழுத்துகளோடு பொருத்தமாக நெய்வது, செய்தியோடு கண்ணாமூச்சி விளையாட்டு என பல புதிய அணுகுமுறைகளை "சொல்லாத சொல்" கருத்துக்கட்டுரைகளை எழுதுவதில் உருவாக்கியிருக்கிறார் ஆசிரியர் மாலன்.

"என்ன நோக்கத்திற்காக நான் சிறுகதைகள் எழுதி வந்தேனோ, சிறுகதைகள் மூலம் நான் என்ன செய்ய வேண்டும் என்று விருப்பப்பட்டேனோ அது இந்தக் கட்டுரைகள் மூலமும் நிறைவேறி இருக்கிறது. வாசகர்களை அவர்களது மூளையைக் கொண்டே சிந்திக்கத் தூண்டுவதுதான் என்னுடைய சிறுகதைகளின் நோக்கம் என்று பலமுறை எழுதியும் சொல்லியும் வந்திருக்கிறேன். அது இந்தக் கட்டுரைகள் மூலமும் சாத்தியமாகி இருக்கிறது." என்று தன் முன்னுரையில் கூறுகிறார் ஆசிரியர். கட்டுரையாளர் மாலனின் இந்த வெற்றி தமிழ்முரசுக்குப் பல புதிய வாசகர்களையும் தந்துள்ளது.

அதில் ஆச்சரியப்பட ஏதுமில்லை. ஏனெனில் கருத்து, உத்தி, தகவல்கள், என்று எல்லா விதங்களிலும் செறிவான விருந்து இது. ஆழமும் விரிவும் கொண்ட ஒரு வித்தியாசமான தொகுதி.

-WWW.SAMACHAR.COM

எழுத்துக்குள் இனந்தெரியாத நெருப்பொன்று கனன்று கொண்டிருக்கின்றதா? அப்படியானால், அது பாரதியை ஆதர்சமாகக் கொண்ட யாரோ ஒரு உண்மைக் கலைஞனின் படைப்புதான் என்று அறுதியிட்டுச் சொல்லிவிடலாம். அம்

மகாகவிஞனின் அகவெப்பத்தை உள்வாங்கிக் கொண்டு மென்மையாக நடை இடுவது தான், மாலனின் படைப்புகள். மருட்சி ஏற்படுத்தாத நட்புநடை, புதிய சிந்தனைகளை உலகிற்கு எடுத்துச் சொல்லும் தீவிரம், தேடல் உணர்வு ஆகியவையே மாலன் எழுத்துக்களின் தனித்தன்மை. இக்கூறுகளை உள்ளடக்கி வெளிவந்துள்ள மாலனின் அண்மை வெளியீடு, "கயல் பருகிய கடல்" கட்டுரைத் தொகுப்பு.

கட்டுரை வடிவில் கவிதையைப் பற்றி அதிகம் பேசுவது தான், இந்நூலின் சிறப்பம்சம். "உப்புக்கடலில் உழன்றுத் திரியும் சிறுமீன்' என்று அவையடக்கமாக மாலன் தொடங்கும் செய்திகள் ஆழமானவை. பாரதி படைப்புகள் குறித்த தேடல்களில் தன்னை ஈடுபடுத்திக் கொண்டுள்ள ஆய்வாளர்களுக்கும் சமகால இலக்கிய உலகுக்கும் முற்றிலும் புதிய தகவல்களை இந்நூல் கொண்டு வந்து சேர்த்துள்ளது.

வரலாற்றில் இதுவரை நம்பப்பட்டச் செய்தியினை மறுத்து, உண்மையான செய்தியை நிலைநிறுத்தும் போது தேவைப்படும் வலுவான ஆதாரங்களை நழுவல் இன்றித் தந்து தமிழாய்வுத்துறைக்கு வலு சேர்த்துள்ளார், மாலன்.

மஹாகவிதை

Maalan sets down an authentic recordation of social history of our times. But a Bharathi lover Maalan also points to the distant sunshine.

The Hindu 11.1.2005

Mr. Maalan is known for his lucid forthright writing on varied subjects of common interest .The characters of his short stories are so true to life that a reader easily empathises with them. And therein lies his success. The reputation is indeed tough to maintain. But Mr. Maalan manages it quite admirably.

This collection is a must for readers of serious short stories in Tamil Literarure.

Indian Express 17.3.1987

Though Gandhi and Godse (Jana Gana Mana in Tamil) is a novelette and political fiction it is much more than a mere piece of fiction . It is a brief but a remarkable and thought provoking document based on a very important event in Indian history.

Indian Literature (Sahitya Akademi's Bi monthly Journal)

Maalan is one of the finest writers in Tamil.

Illustrated weekly of India

---

1. கல்லுக்குக் கீழும் பூக்கள் சிறுகதைத் தொகுதி
2. 5.7.1980 அன்று தி.ஜா. தில்லியிலிருந்து மாலனுக்கு எழுதிய கடிதத்தில்
3. மாறுதல் வரும் சிறுகதைத் தொகுப்பு
4. கணையாழி ஜூன் 1982
5. மாலன் சிறுகதைகள்
6. நமக்கு அருகில் இருக்கும் கதைகள், புதிய பார்வை, செப்டம்பர் 1–15, 2005
7. மாலனுக்கு எழுதிய கடிதம் 5-5-1997
8. கயல் பருகிய கடல்
9. சொல்லாத சொல்
10. கடைசிப் பக்கம்
11. கடைசிப் பக்கம்
12. மனம் எனும் வனம்
13. நந்தலாலா
14. <http://www.sramakrishnan.com/?p=3551>